Impressum
Verlag: BABADADA GmbH, Nedderfeld 112 , 22529 Hamburg
Geschäftsführer / Verlagsleitung: Harald Hof
Druck: Books on Demand GmbH, In de Tarpen 42, 22848 Norderstedt

Imprint
Publisher: BABADADA GmbH, Nedderfeld 112 , 22529 Hamburg, Germany
Managing Director / Publishing direction: Harald Hof
Print: Books on Demand GmbH, In de Tarpen 42, 22848 Norderstedt

shule

5ch00l

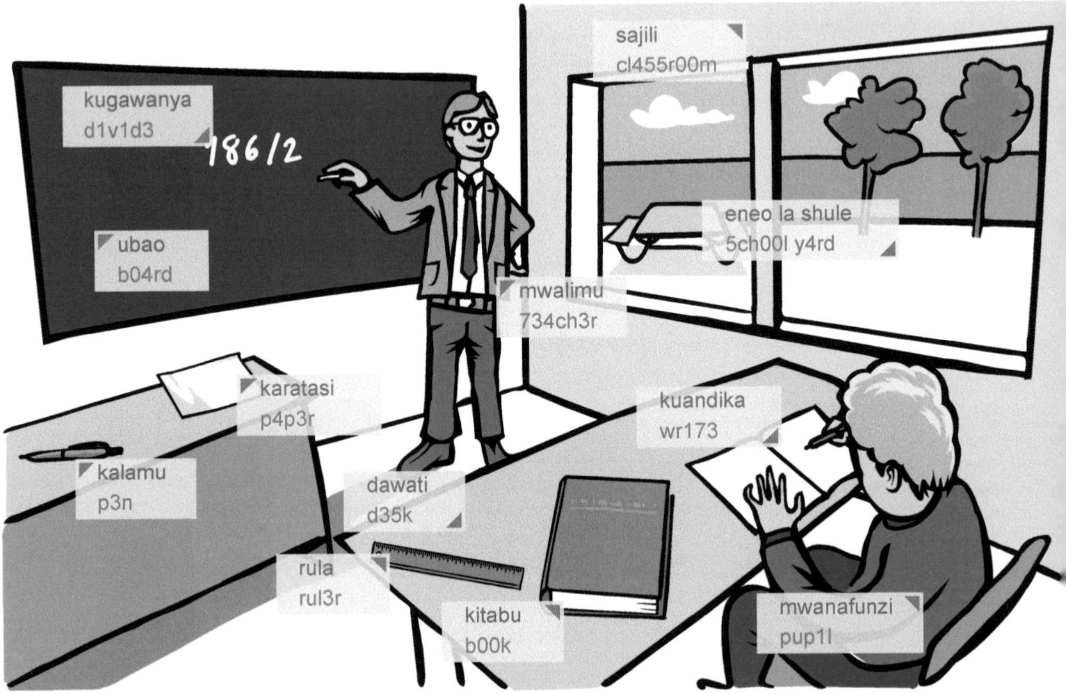

sajili
cl455r00m
kugawanya
d1v1d3
186/2
eneo la shule
5ch00l y4rd
ubao
b04rd
mwalimu
734ch3r
karatasi
p4p3r
kuandika
wr173
kalamu
p3n
dawati
d35k
rula
rul3r
kitabu
b00k
mwanafunzi
pup1l

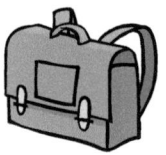

mkoba

547ch3l

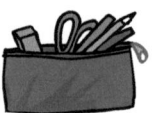

kikasha cha penseli

p3nc1l c453

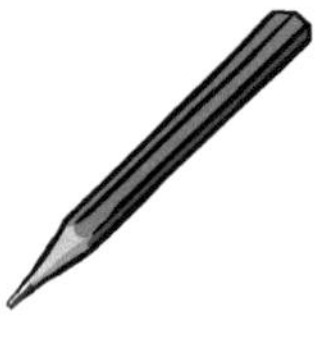

penseli

p3nc1l

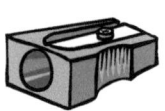

kichonga penseli

p3nc1l 5h4rp3n3r

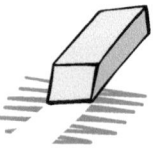

mpira

rubb3r

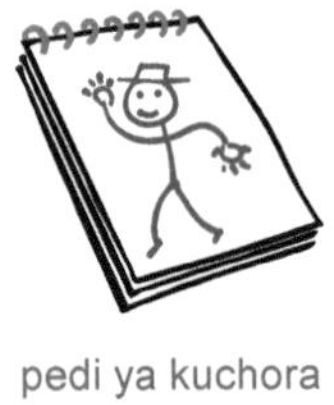

pedi ya kuchora

dr4w1n6 p4d

uchoraji

dr4w1n6

brashi ya rangi

p41n7bru5h

sanduku la rangi

p41n7 b0x

mkasi

5c1550r5

gundi

6lu3

daftari

3x3rc153 b00k

kazi ya nyumbani

h0m3w0rk

nambari

numb3r

jumlisha

4dd

ondoa

5ub7r4c7

zidisha

mul71ply

kokotoa

c4lcul473

barua

l3773r

alfabeti

4lph4b37

neno

w0rd

maandishi

73x7

kusoma

r34d

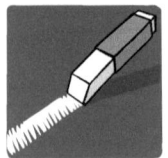

chaki

ch4lk

somo

l3550n

sajili

r361573r

uchunguzi

3x4m1n4710n

cheti

c3r71f1c473

sare za shule

5ch00l un1f0rm

elimu

3duc4710n

elezo

3ncycl0p3d14

chuo kikuu

un1v3r517y

darubini

m1cr05c0p3

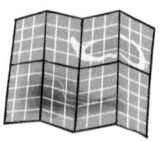

ramani

m4p

kikapu cha kuweka karatasi chafu

w4573-p4p3r b45k37

usafiri
7r4v3l

hoteli
h073l
Grand
hosteli
h0573l
ROOMS
ofisi ya ubadilishanaji
curr3ncy 3xch4n63 0ff1c3
sanduku
5u17c453
gari
c4r

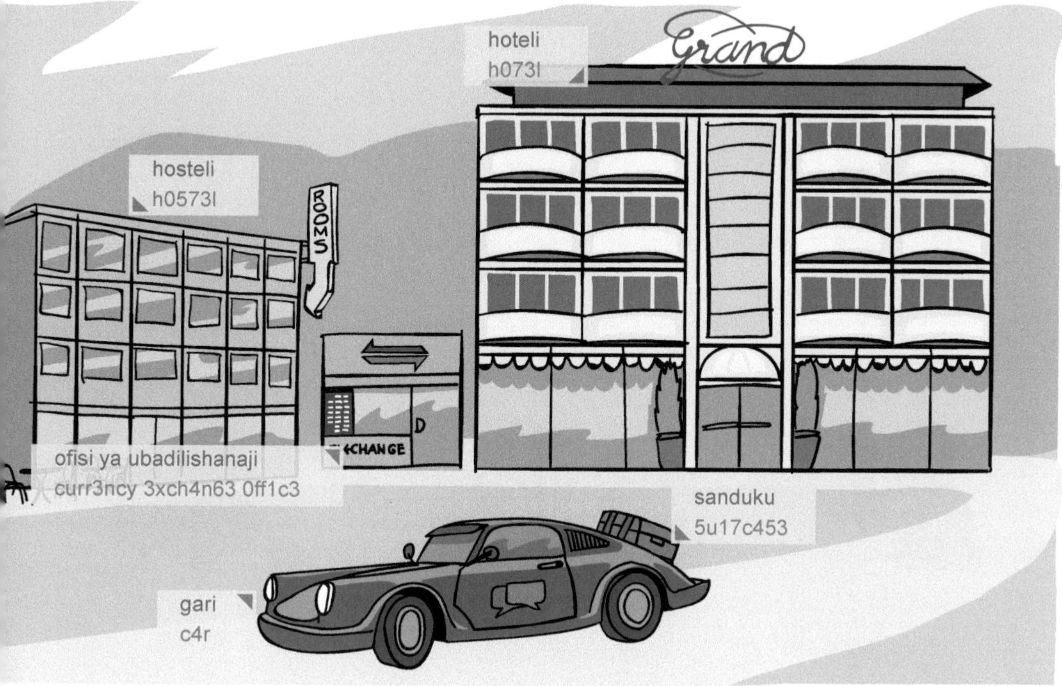

lugha

l4n6u463

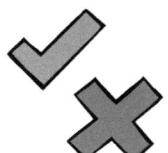

ndiyo / la

y35 / n0

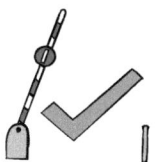

sawa

0k4y

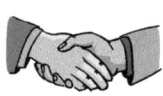

hujambo

h3ll0

mtafsiri

7r4n5l470r

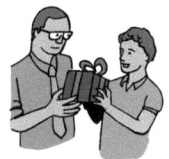

Asante

7h4nk y0u

kiasi gani ni ...?

h0w much 15

Sielewi

1 d0 n07 und3r574nd

tatizo

pr0bl3m

Jioni njema!

600d 3v3n1n6!

Habari za asubuhi!

600d m0rn1n6!

Usiku mwema!

600d n16h7!

kwa heri

600dby3

mwelekeo

d1r3c710n

mizigo

lu66463

mfuko

b46

shanta

b4ckp4ck

mgeni

6u357

chumba

r00m

begi la kulalia

5l33p1n6 b46

hema

73n7

taarifa ya utalii

70ur157 1nf0rm4710n

ufuo

b34ch

kadi

cr3d17 c4rd

kifunguakinywa

br34kf457

chakula cha mchana

lunch

chakula cha jioni

d1nn3r

tiketi

71ck37

kuinua

3l3v470r

muhuri

574mp

mpaka

b0rd3r

mila

cu570m5

ubalozi

3mb455y

visa

v154

pasipoti

p455p0r7

usafiri
7r4n5p0r7

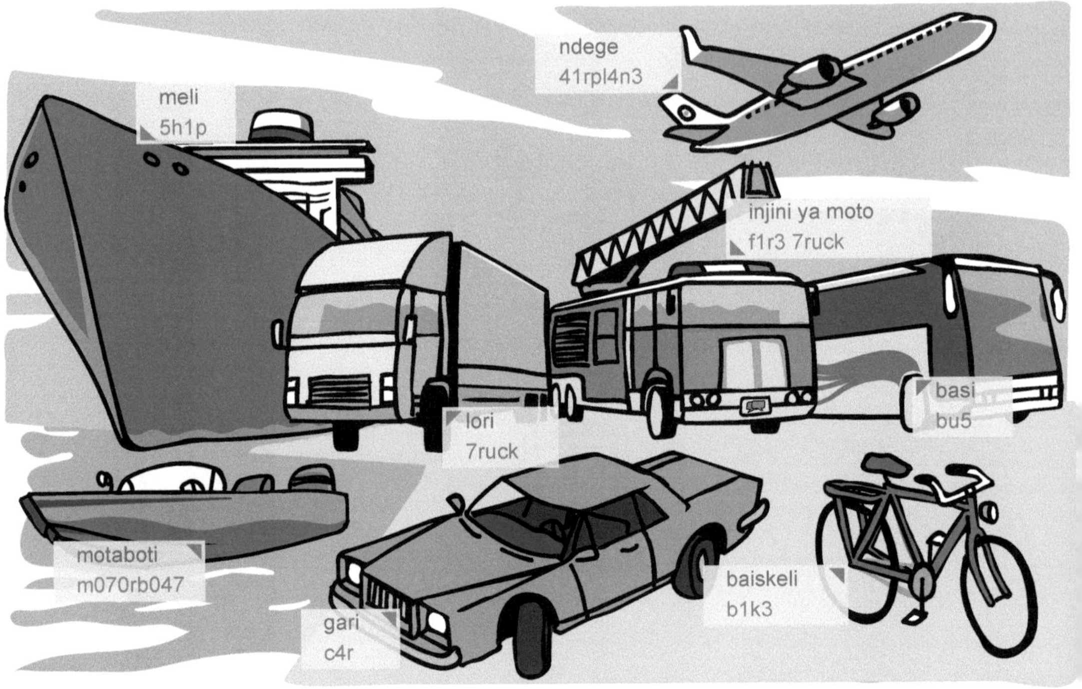
ndege
41rpl4n3
meli
5h1p
injini ya moto
f1r3 7ruck
basi
bu5
lori
7ruck
motaboti
m070rb047
baiskeli
b1k3
gari
c4r

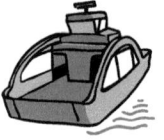

feri
f3rry

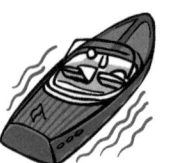

mashua
b047

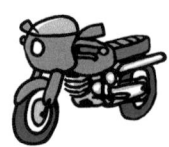

pikipiki
m070rb1k3

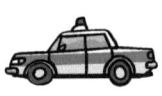

gari la polisi
p0l1c3 c4r

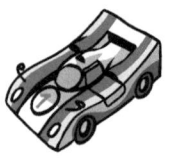

gari la mashindano
r4c1n6 c4r

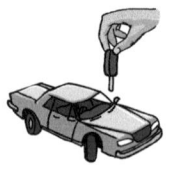

gari la kukodisha
r3n74l c4r

kushiriki gari

c4r 5h4r1n6

lori la kuvuta

70w 7ruck

ukusanyaji taka

64rb463 7ruck

motor

3n61n3

mafuta

fu3l

kituo cha mafuta

fu3l 574710n

ishara trafiki

7r4ff1c 516n

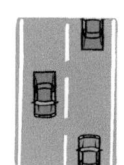

trafiki

7r4ff1c

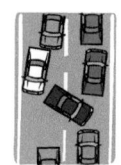

msongamano

7r4ff1c j4m

maegesho

p4rk1n6 l07

kituo cha treni

7r41n 574710n

reli

7r4ck5

garimoshi

7r41n

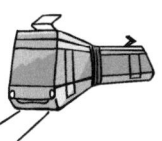

tremu

7r4m

gari la mizigo

w460n

helikopta

h3l1c0p73r

uwanja wa ndege

41rp0r7

mnara

70w3r

abiria

p4553n63r

chombo

c0n741n3r

katoni

c4r70n

mkokoteni

c4r7

kikapu

b45k37

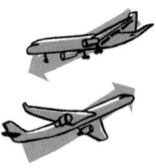

ondoka

74k3 0ff / l4nd

jiji

c17y

kijiji

v1ll463

katikati ya jiji

c17y c3n73r

nyumba

h0u53

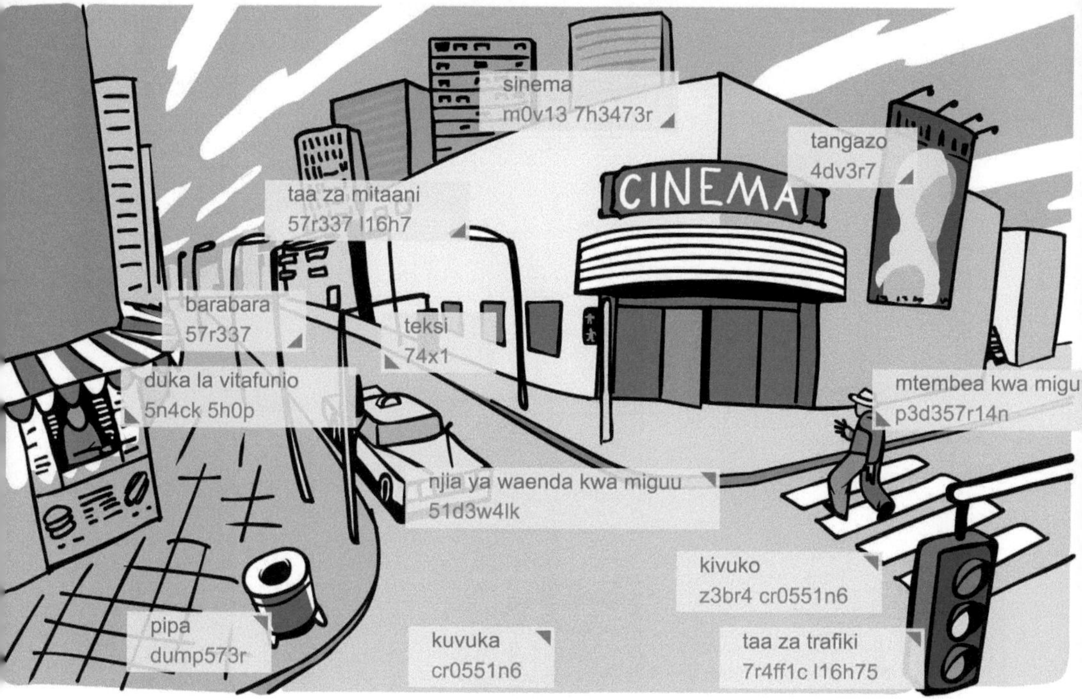

sinema
m0v13 7h3473r

tangazo
4dv3r7

taa za mitaani
57r337 l16h7

CINEMA

barabara
57r337

teksi
74x1

duka la vitafunio
5n4ck 5h0p

mtembea kwa migu
p3d357r14n

njia ya waenda kwa miguu
51d3w4lk

kivuko
z3br4 cr0551n6

pipa
dump573r

kuvuka
cr0551n6

taa za trafiki
7r4ff1c l16h75

kibanda

hu7

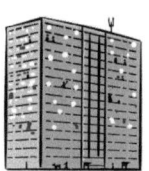

gorofa

4p4r7m3n7

kituo cha treni

7r41n 574710n

ukumbi wa mji

c17y h4ll

Makavazi

mu53um

shule

5ch00l

chuo kikuu
un1v3r517y

benki
b4nk

hospitali
h05p174l

hoteli
h073l

duka la dawa
ph4rm4cy

ofisi
0ff1c3

duka la kitabu
b00k 5h0p

duka
5h0p

duka la maua
fl0w3r 5h0p

dukakuu
5up3rm4rk37

soko
m4rk37

idara ya kuhifadhi
d3p4r7m3n7 570r3

mwuza samaki
f15hm0n63r'5 5h0p

kituo cha ununuzi
m4ll

bandari
h4rb0r

Hifadhi	benki	daraja
p4rk	b3nch	br1d63

vidato	chini ya ardhi	handaki
5741r5	5ubw4y	7unn3l
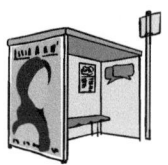		
kituo cha mabasi	bar	mgahawa
bu5 570p	b4r	r3574ur4n7

sanduku la posta	ishara ya barabara	mita ya maegesho
p057b0x	57r337 516n	p4rk1n6 m373r

bustani ya wanyama	kidimbwi cha kuogelea	msikiti
z00	5w1mm1n6 p00l	m05qu3

shamba

f4rm

uchafuzi

p0llu710n

makaburini

c3m373ry

kanisa

church

uwanja wa michezo

pl4y6r0und

hekalu

73mpl3

mazingira

l4nd5c4p3

jani
l34f

ishara ya mwelekeo
516np057

njia
p47h

malisho
m34d0w

jiwe
570n3

mtembeaji wa masafa
h1k3r

mti
7r33

mto
r1v3r

nyasi
6r455

ua
fl0w3r

bonde

v4ll3y

kilima

h1ll

ziwa

l4k3

msitu

f0r357

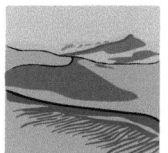

jangwa

d353r7

volkano

v0lc4n0

ngome

c457l3

upinde wa mvua

r41nb0w

uyoga

mu5hr00m

mtende

p4lm 7r33

mbu

m05qu170

kuruka

fly

chungu

4n7

nyuki

b33

buibui

5p1d3r

mende

b337l3

chura

fr06

kuchakuro

5qu1rr3l

nungunungu

h3d63h06

sungura

h4r3

bundi

0wl

ndege

b1rd

swan

5w4n

nguruwe mwitu

b04r

kulungu

d33r

aina ya kongoni

m0053

bwawa

d4m

tabo ya upepo

w1nd 7urb1n3

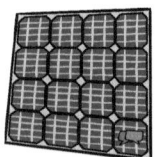

nishaji ya jua

50l4r p4n3l

hali ya hewa

cl1m473

mgahawa

r3574ur4n7

mhudumu
w4173r
menyu
m3nu
kiti
ch41r
supu
50up
piza
p1zz4
vilia
cu7l3ry
kitambaa cha mezani
74bl3cl07h

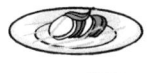

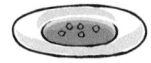

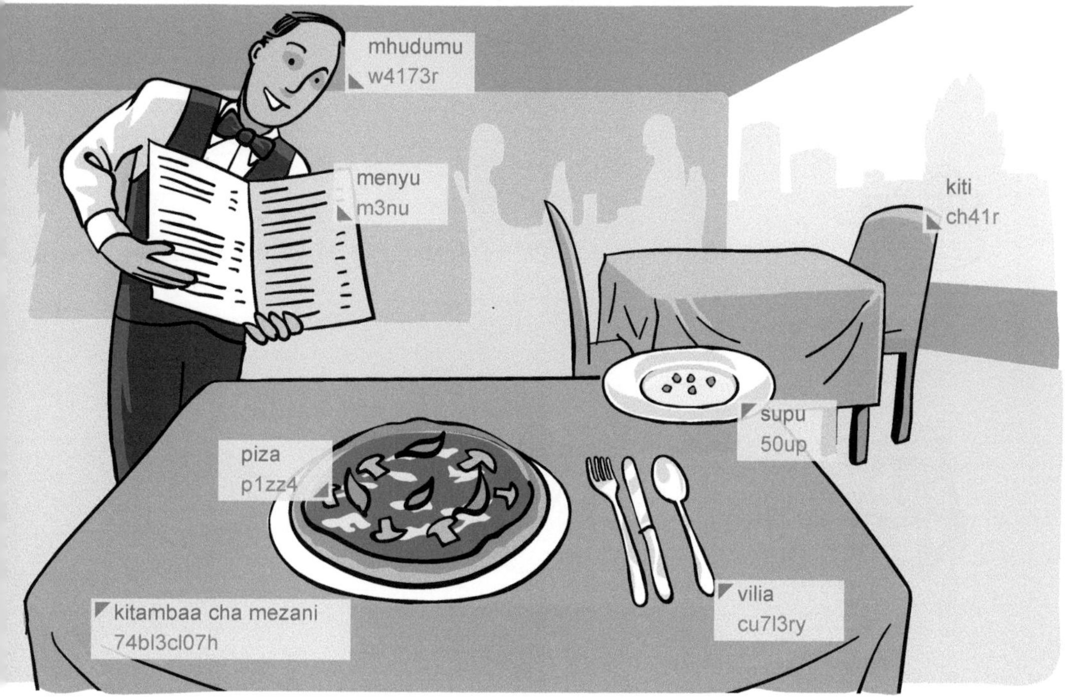

kiamsha hamu
574r73r

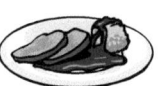

kozi kuu
m41n c0ur53

kitindamlo
d3553r7

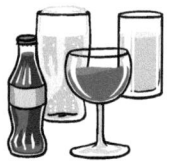

vinywaji
dr1nk5

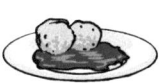

chakula
f00d

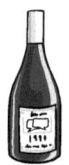

chupa
b077l3

chakula cha haraka

f457 f00d

Streetfood

57r337 f00d

buli

734p07

kisanduku cha sukari

5u64r b0wl

sehemu

p0r710n

mashine ya espresso

35pr3550 m4ch1n3

kiti kirefu

h16h ch41r

muswada

b1ll

trei

7r4y

kisu

kn1f3

uma

f0rk

kijiko

5p00n

kijiko cha chai

7345p00n

nepi

53rv13773

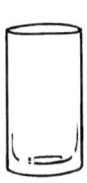

glasi

6l455

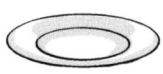

sahani

pl473

sahani ya supu

50up pl473

sufuria

54uc3r

mchuzi

54uc3

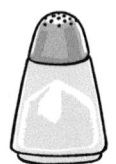

kichanyaji chumvi

54l7 5h4k3r

kinu cha pilipili

p3pp3r m1ll

siki

v1n364r

mafuta

01l

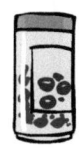

viungo

5p1c35

kechapu

k37chup

haradali

mu574rd

kachumbari nzito

m4y0nn4153

dukakuu

5up3rm4rk37

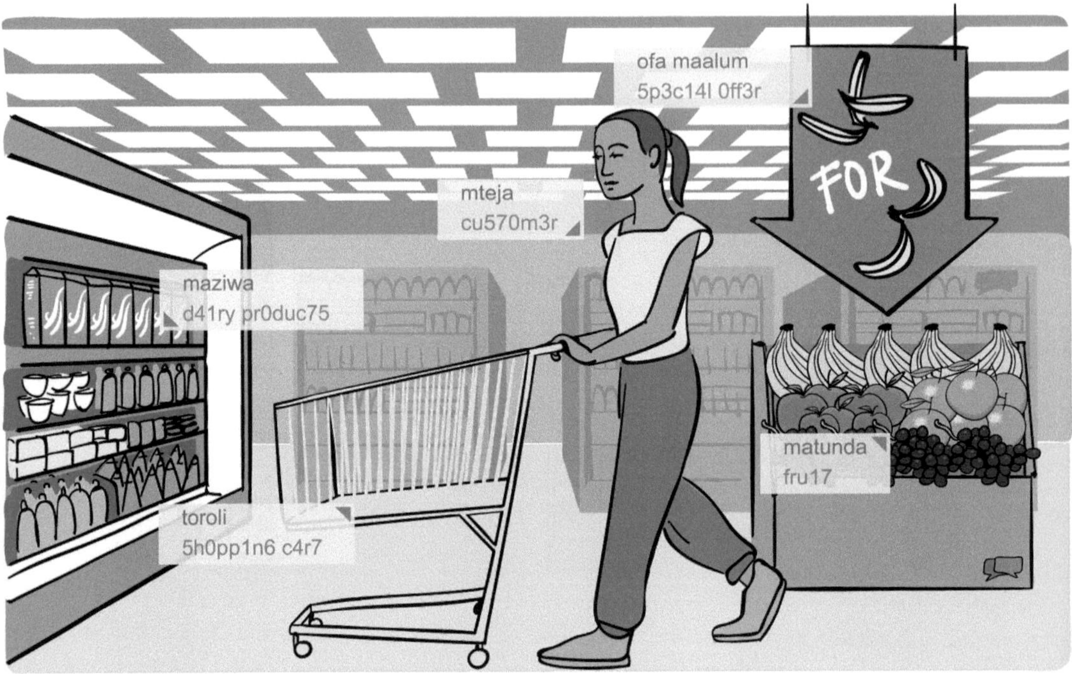

ofa maalum
5p3c14l 0ff3r
FOR
mteja
cu570m3r
maziwa
d41ry pr0duc75
matunda
fru17
toroli
5h0pp1n6 c4r7

BUTCHERS

mchinjaji

bu7ch3r'5 5h0p

BAKERY

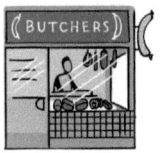

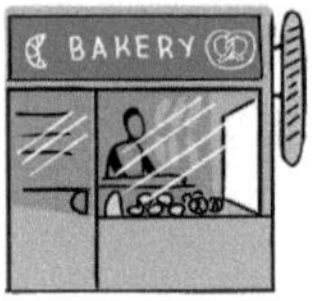

mwokaji

b4k3ry

uzito

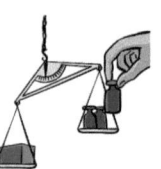

w316h

mboga

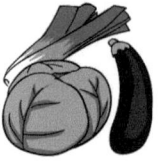

v36374bl35

nyama

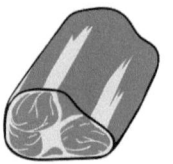

m347

chakula waliohifadhiwa

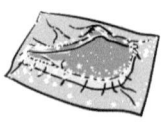

fr0z3n f00d

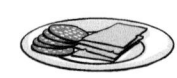

vipande vya nyama baridi

c0ld cu75

chakula cha kopo

c4nn3d f00d

sabuni ya unga

d373r63n7

pipi

c4ndy

bidhaa za kaya

h0u53h0ld pr0duc75

bidhaa za kusafisha

cl34n1n6 pr0duc75

mtu mauzo

54l35 r3pr353n7471v3

mpaka

c45h r361573r

keshia

c45h13r

orodha ya manunuzi

5h0pp1n6 l157

masaa ya ufunguzi

0p3n1n6 h0ur5

mkoba

w4ll37

kadi

cr3d17 c4rd

mfuko

b46

mfuko wa plastiki

pl4571c b46

maji

w473r

sharubati

ju1c3

maziwa

m1lk

coke

c0k3

mvinyo

w1n3

bia

b33r

pombe

4lc0h0l

kakao

c0c04

chai

734

kahawa

c0ff33

spreso

35pr3550

kapuchino

c4ppucc1n0

ndizi

b4n4n4

tufaha

4ppl3

machungwa

0r4n63

tikiti

m3l0n

lemon

l3m0n

karoti

c4rr07

kitunguu saumu

64rl1c

mianzi

b4mb00

kitunguu

0n10n

uyoga

mu5hr00m

karanga

nu75

nudo

n00dl35

spageti

5p46h3771

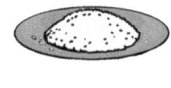

mpunga

r1c3

saladi

54l4d

vibanzi

fr135

viazi vya kukaanga

fr13d p0747035

piza

p1zz4

hambaga

h4mbur63r

sandwichi

54ndw1ch

kipande

35c4l0p3

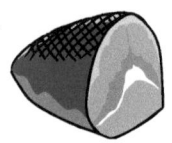

paja la mnyama

h4m

salami

54l4m1

soseji

54u5463

kuku

ch1ck3n

choma

r0457

samaki

f15h

oats ya uji

p0rr1d63 0475

muesli

mu35l1

cornflakes

c0rnfl4k35

unga

fl0ur

kroisanti

cr01554n7

andazi

br34d r0ll

mkate

br34d

mkate wa kubanika

70457

biskuti

c00k135

siagi

bu773r

maziwa mgando

curd

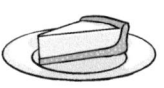

keki

c4k3

yai

366

yai kukaanga

fr13d 366

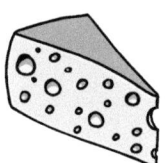

jibini

ch3353

aiskrimu

1c3 cr34m

sukari

5u64r

asali

h0n3y

jemu

j3lly

kuenea kwa chokoleti

n0u647 cr34m

mchuzi wa viungo

curry

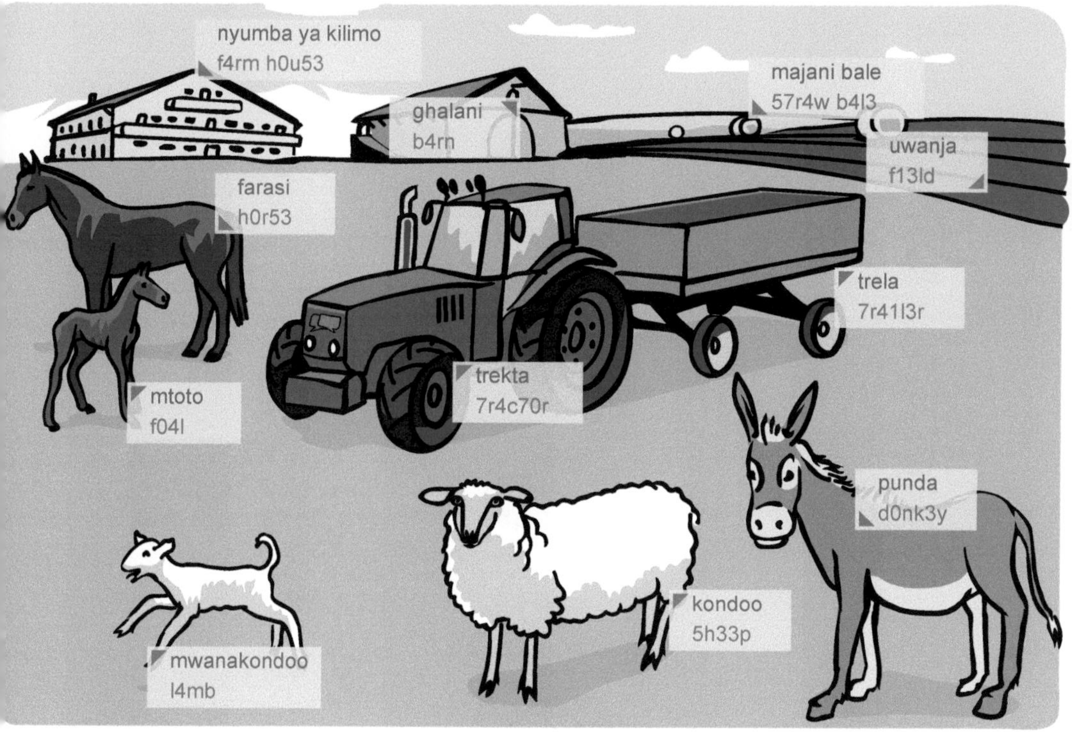

nyumba ya kilimo
f4rm h0u53

majani bale
57r4w b4l3

ghalani
b4rn

uwanja
f13ld

farasi
h0r53

trela
7r41l3r

mtoto
f04l

trekta
7r4c70r

punda
d0nk3y

kondoo
5h33p

mwanakondoo
l4mb

mbuzi

6047

ng'ombe

c0w

ndama

c4lf

nguruwe

p16

mwananguruwe

p16l37

fahali

bull

batabukini

60053

bata

duck

kifaranga

ch1ck

kuku

h3n

jogoo

c0ck3r3l

panya

r47

paka

c47

panya

m0u53

ng'ombe

0x

mbwa

d06

nyumba ya mbwa

d06 h0u53

bomba la bustani

64rd3n h053

debe la kumwagilia maji

w473r1n6 c4n

fyekeo

5cy7h3

kulima

pl0u6h

mundu

51ckl3

jembe

h03

uma wa nyasi

p17chf0rk

shoka

4x3

toroli

pu5hc4r7

kupitia nyimbo

7r0u6h

chombo cha maziwa

m1lk c4n

gunia

54ck

ua

f3nc3

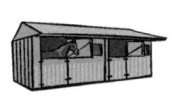

imara

574bl3

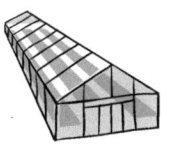

chafu

6r33nh0u53

udongo

501l

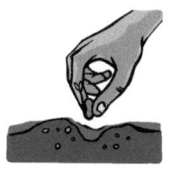

mbegu

533d

mbolea

f3r71l1z3r

kivunaji

c0mb1n3 h4rv3573r

mavuno

h4rv357

mavuno

h4rv357

viazi vikuu

y4m5

ngano

wh347

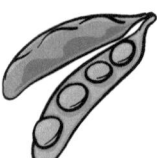

soya

50y4

viazi

p07470

mahindi

c0rn

rapa

r4p3533d

mti wa matunda

fru17 7r33

muhogo

m4n10c

nafaka

6r41n

nyumba
h0u53

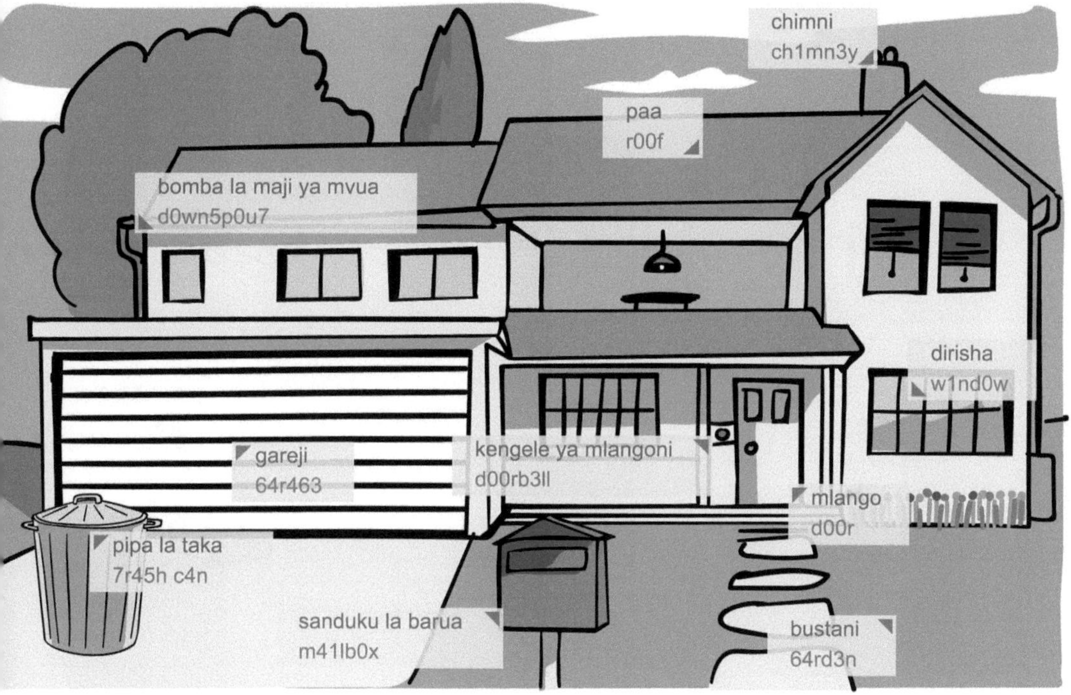
chimni
ch1mn3y
paa
r00f
bomba la maji ya mvua
d0wn5p0u7
dirisha
w1nd0w
gareji
64r463
kengele ya mlangoni
d00rb3ll
mlango
d00r
pipa la taka
7r45h c4n
sanduku la barua
m41lb0x
bustani
64rd3n

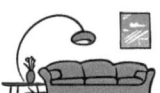

sebuleni

l1v1n6 r00m

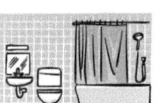

bafu

b47hr00m

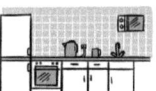

jikoni

k17ch3n

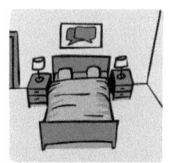

chumba cha kulala

b3dr00m

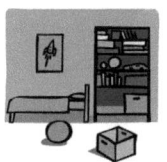

chumba ya mtoto

ch1ld'5 r00m

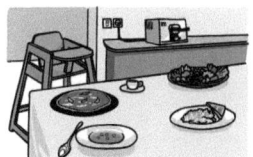

chumba cha kulia

d1n1n6 r00m

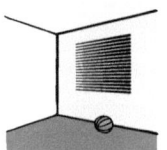

sakafu

fl00r

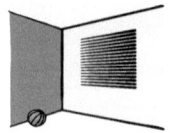

ukuta

w4ll

dari

c31l1n6

pishi

c3ll4r

sauna

54un4

roshani

b4lc0ny

mtaro

73rr4c3

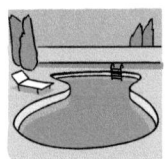

kidimbwi

p00l

mashine ya kukata nyasi

l4wn m0w3r

karatasi

5h337

kitambaa cha kupamba
kitanda

b3d5pr34d

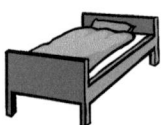

kitanda

b3d

ufagio

br00m

ndoo

buck37

kubadili

5w17ch

sebuleni

l1v1n6 r00m

mandhari
w4llp4p3r
picha
p1c7ur3
taa
l4mp
rafu
5h3lf
kabati
c4b1n37
televisheni/runinga
73l3v1510n
mekoni
f1r3pl4c3
ua
fl0w3r
mto
cu5h10n
sofa
50f4
chombo cha maua
v453
kitenzambali
r3m073 c0n7r0l

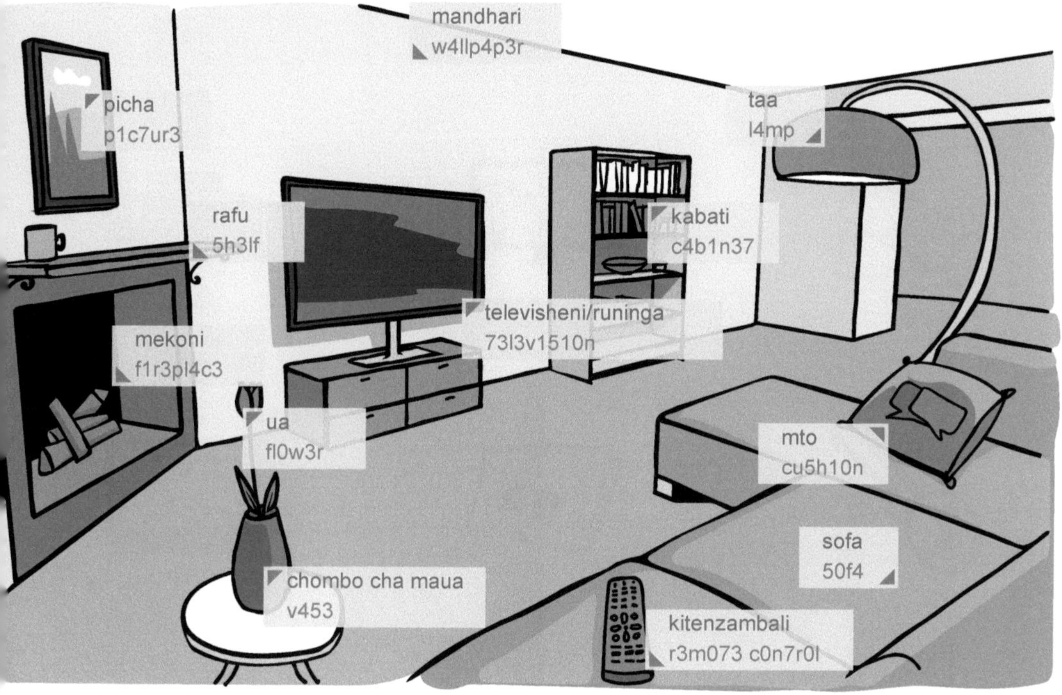

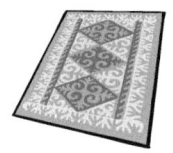

zulia

c4rp37

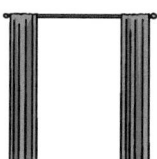

pazia

dr4p3

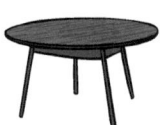

meza

74bl3

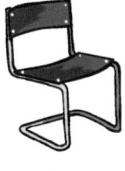

kiti

ch41r

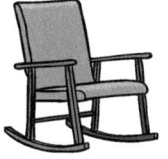

kiti cha bembea

r0ck1n6 ch41r

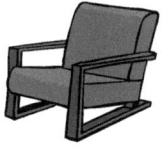

armchair

4rmch41r

kitabu

b00k

blanketi

bl4nk37

mapambo

d3c0r4710n

kuni

f1r3w00d

filamu

f1lm

kifaa cha hi-fi

573r30 5y573m

ufunguo

k3y

gazeti

n3w5p4p3r

uchoraji

p41n71n6

bango

p0573r

redio

r4d10

daftari

n073b00k

kifyonza

v4cuum cl34n3r

dungusi kakati

c4c7u5

mshumaa

c4ndl3

jikoni

k17ch3n

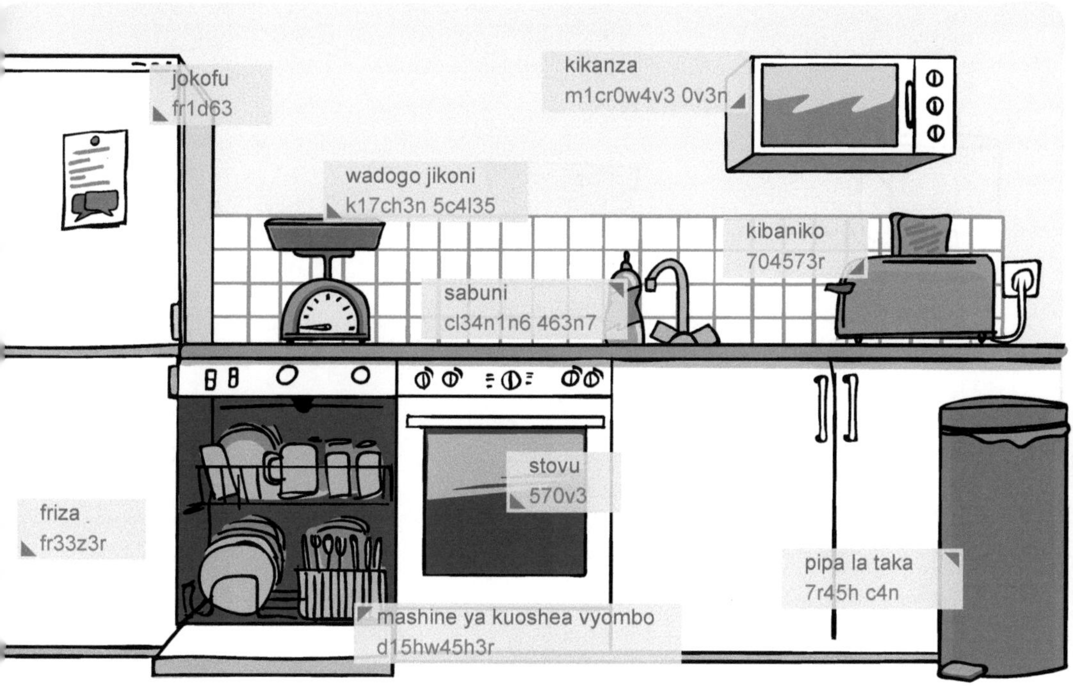

jokofu
fr1d63
kikanza
m1crOw4v3 0v3n
wadogo jikoni
k17ch3n 5c4l35
kibaniko
704573r
sabuni
cl34n1n6 463n7
stovu
570v3
friza
fr33z3r
pipa la taka
7r45h c4n
mashine ya kuoshea vyombo
d15hw45h3r

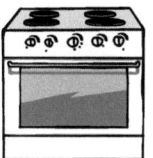

jiko la kupika

c00k3r

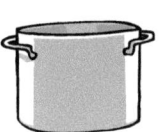

chungu

p07

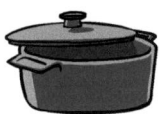

sufuria ya chuma

c457-1r0n p07

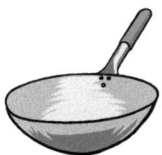

wok / kadai

w0k / k4d41

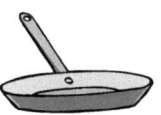

kaango

p4n

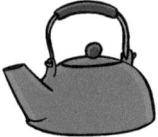

birika

k377l3

stima

5734m3r

sinia ya kuoka

b4k1n6 7r4y

vyombo vya udongo

cr0ck3ry

kombe

mu6

bakuli

b0wl

vijiti vya kulia

ch0p571ck5

ukawa

l4dl3

mwiko mpana

5p47ul4

burashi

wh15k

kichujio

57r41n3r

chujio

513v3

mbuzi

6r473r

chokaa

m0r74r

barbeque

b4rb3cu3

moto wazi

f1r3pl4c3

ubao wa majaribio

ch0pp1n6 b04rd

kijiti cha kusukuma unga

r0ll1n6 p1n

kizibuo

c0rk5cr3w

kopo

c4n

inaweza kopo

c4n 0p3n3r

kishikio cha chungu

0v3n cl07h

karo

51nk

brashi

bru5h

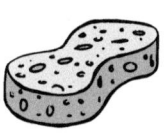

sifongo

5p0n63

kisagaji matunda

bl3nd3r

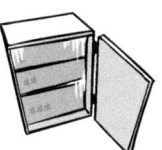

friji ya kina

d33p fr33z3r

chupa ya mtoto

b4by b077l3

bomba

74p

bafu

b47hr00m

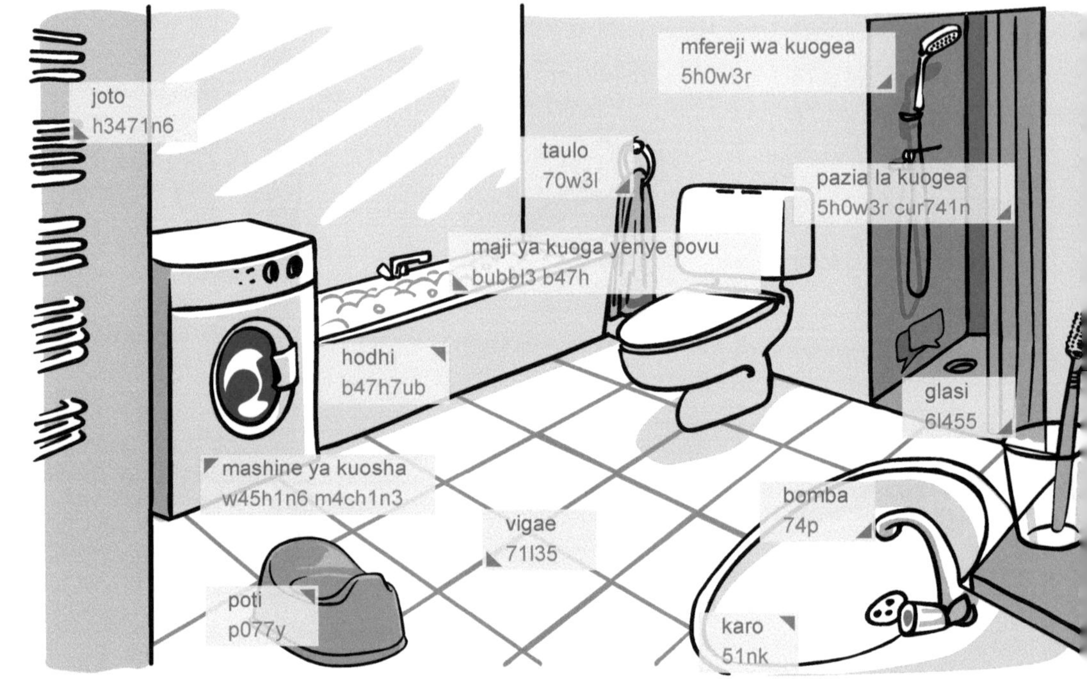

mfereji wa kuogea
5h0w3r
joto
h3471n6
taulo
70w3l
pazia la kuogea
5h0w3r cur741n
maji ya kuoga yenye povu
bubbl3 b47h
hodhi
b47h7ub
glasi
6l455
mashine ya kuosha
w45h1n6 m4ch1n3
bomba
74p
vigae
71l35
poti
p077y
karo
51nk

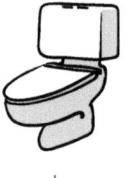

choo

701l37

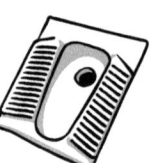

choo cha squat

5qu47 701l37

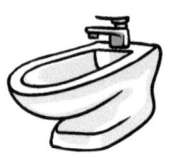

beseni la mviringo

b1d37

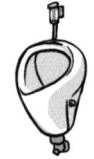

choo cha umma

ur1n4l

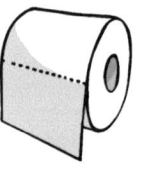

shashi

701l37 p4p3r

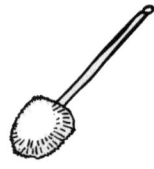

brashi ya choo

701l37 bru5h

mswaki

7007hbru5h

dawa ya meno

7007hp4573

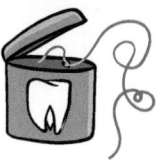

dawa ya meno

d3n74l fl055

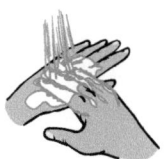

safisha

w45h

kuoga mkono

h4nd 5h0w3r

msukumo wa maji

d0uch3

bonde

b451n

mpako wa pili

b4ck bru5h

sabuni

504p

jeli ya kuogea

5h0w3r 63l

shampuu

5h4mp00

flana

fl4nn3l

toa maji

dr41n

krimu

cr3m3

kiondoa harufu

d30d0r4n7

kioo

m1rr0r

kioo mkono

h4nd m1rr0r

kinyozi

r4z0r

povu la kunyoa

5h4v1n6 f04m

baada ya kunyoa

4f73r5h4v3

kichana

c0mb

brashi

bru5h

kikausha nywele

h41r-dry3r

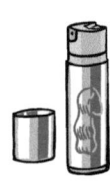

marashi ya nyewele

h41r5pr4y

vipodozi

m4k3up

kidomwa

l1p571ck

varnish ya msumari

n41l v4rn15h

pamba

c0770n w00l

mkasi wa kucha

n41l 5c1550r5

manukato

p3rfum3

mkoba wa kuosha

w45hb46

kinyesi

5700l

mizani

w316h1n6 5c4l35

nguo ya kuoga

b47hr0b3

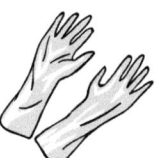

glavu za mpira

rubb3r 6l0v35

kisodo

74mp0n

sodo

54n174ry 70w3l

kemikali choo

ch3m1c4l 701l37

chumba ya mtoto

ch1ld'5 r00m

saa ya kengele
4l4rm cl0ck
kidoli cha kupakata
cuddly 70y
gari bandia
70y c4r
kelele
r477l3
chumba cha midoli
d0ll'5 h0u53
sasa
pr353n7

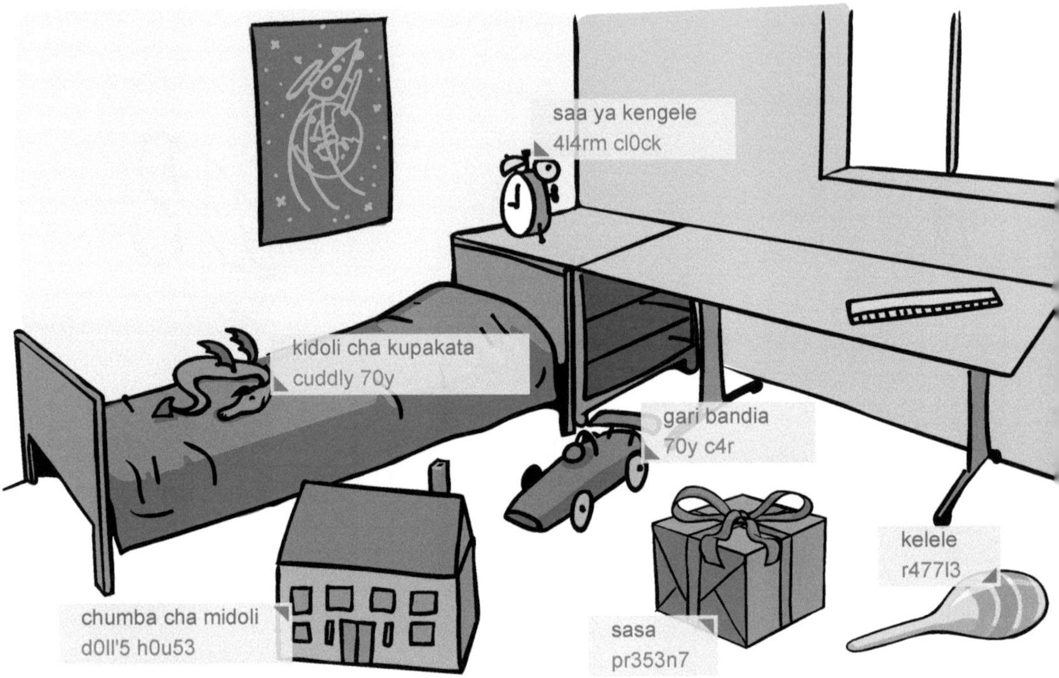

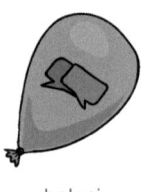

baluni

b4ll00n

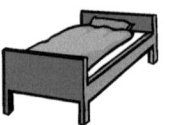

kitanda

b3d

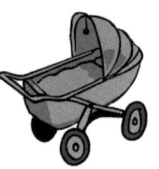

mashua

57r0ll3r

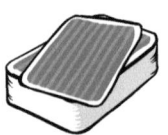

staha ya kadi

d3ck 0f c4rd5

mchezo-fumb

j1654w

SUPER MEGA

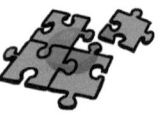

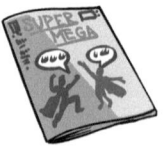

vichekesho

c0m1c

matofali lego

l360 br1ck5

vitalu mwigo

70y bl0ck5

hatua takwimu

4c710n f16ur3

suti ya kulalia

r0mp3r 5u17

kisahani

fr15b33

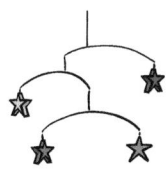

simu

m0b1l3

ubao wa michezo

b04rd 64m3

kete

d1c3

garimoshi mwigo

m0d3l 7r41n 537

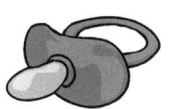

dummy

dummy

chama

p4r7y

picha kitabu

p1c7ur3 b00k

mpira

b4ll

kikaragosi

d0ll

kucheza

pl4y

shimo la mchanga

54ndp17

bembea

5w1n6

vitu bandia

70y

kiweko cha video ya mchezo

v1d30 64m3 c0n50l3

baiskeli ya magurudumu

7r1cycl3

matatu

mwanasesere

73ddy b34r

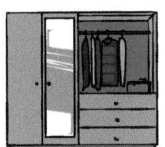

kabati

w4rdr0b3

nguo

cl07h1n6

soksi

50ck5

stokingi

570ck1n65

kibano

716h75

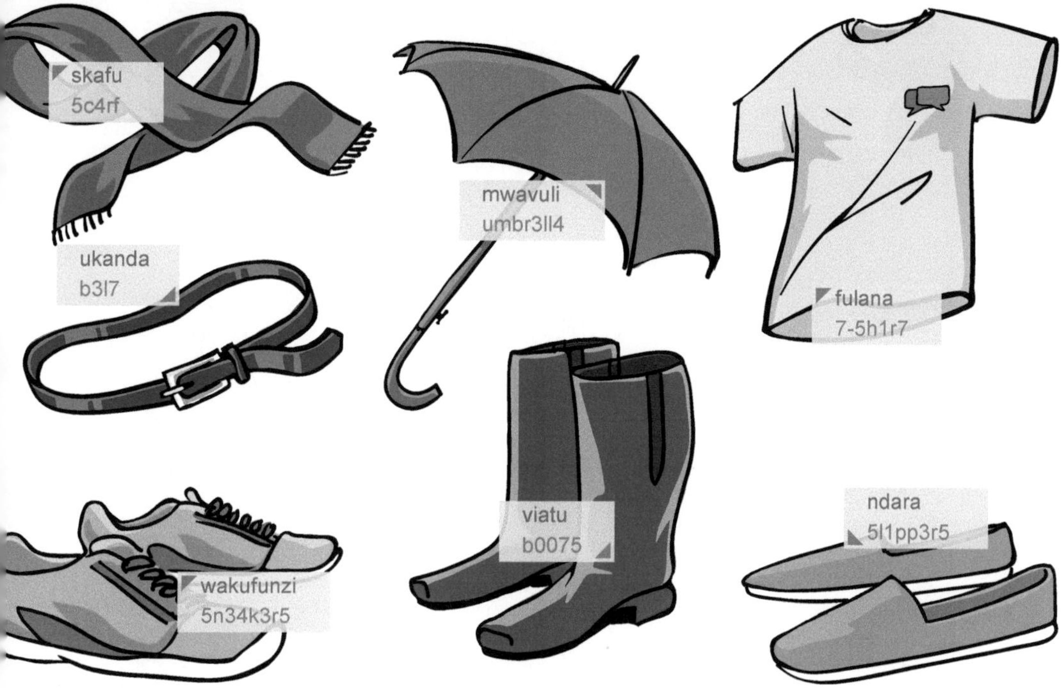

skafu
5c4rf

mwavuli
umbr3ll4

fulana
7-5h1r7

ukanda
b3l7

viatu
b0075

ndara
5l1pp3r5

wakufunzi
5n34k3r5

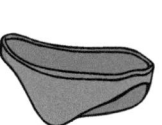

malapa
54nd4l5

viatu
5h035

mabuti ya mpira
rubb3r b0075

suruali ya ndani
br13f5

sidiria
br4

fulana
und3r5h1r7

mwili

b0dy

suruali

p4n75

dangirizi

j34n5

sketi

5k1r7

blauzi

bl0u53

shati

5h1r7

vuta

pull0v3r

sweta

5w3473r

bleza

bl4z3r

jaketi

j4ck37

koti

c047

koti la mvua

r41nc047

maleba

c057um3

gauni

dr355

mavazi ya harusi

w3dd1n6 dr355

suti

5u17

vazi la usiku

n16h760wn

pajama

p4j4m45

sari

54r1

skafu

h34d5c4rf

kilemba

7urb4n

burka

burk4

kaftan

k4f74n

abaya

4b4y4

vazi la kuogelea

5w1m5u17

vazi la kiume la kuogelea

7runk5

kaptura

5h0r75

teitei

7r4ck5u17

aproni

4pr0n

glavu

6l0v35

kifungo

bu770n

glasi

6l45535

bangili

br4c3l37

mkufu

n3ckl4c3

pete

r1n6

herini

34rr1n6

kofia

c4p

kiango cha koti

c047 h4n63r

kofia

h47

tai

713

zipu

z1p

kofia

h3lm37

kanda za suruali

br4c35

sare za shule

5ch00l un1f0rm

sare

un1f0rm

bibu
b1b

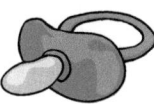

dummy
dummy

nepi
d14p3r

ofisi

0ff1c3

seva
53rv3r

kabati la kuweka faili
f1l1n6 c4b1n37

kichapishaji
pr1n73r

kiwambo
m0n170r

karatasi
p4p3r

kipanya
m0u53

dawati
d35k

folda
f0ld3r

kibodi
k3yb04rd

cha kuweka karatasi chafu
-p4p3r b45k37

kiti
ch41r

kompyuta
c0mpu73r

kmobe la kahawa

c0ff33 mu6

kikokotoo

c4lcul470r

biashara

1n73rn37

mbali

l4p70p

barua

l3773r

ujumbe

m355463

rununu

c3ll ph0n3

intaneti

n37w0rk

fotokopia

ph070c0p13r

programu

50f7w4r3

simu

73l3ph0n3

soketi

plu6 50ck37

kipepesi

f4x m4ch1n3

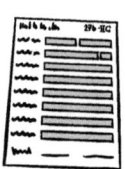

fomu

f0rm

hati

d0cum3n7

kununua

buy

kulipa

p4y

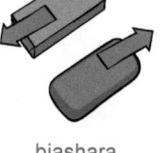

biashara

7r4d3

fedha

m0n3y

USD

dola

d0ll4r

EUR

yuro

3ur0

JPY

yeni

y3n

RUB

rouble

r0ubl3

CHF

faranga ya Uswisi

5w155 fr4nc

CNY

renminbi yuan

r3nm1nb1 yu4n

INR

rupia

rup33

eneo la kulipia

c45h p01n7

ofisi ya ubadilishanaji

curr3ncy 3xch4n63 0ff1c3

dhahabu

60ld

fedha

51lv3r

mafuta

01l

nishati

3n3r6y

bei

pr1c3

mkataba

c0n7r4c7

kodi

74x

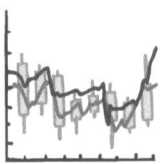

bidhaa

570ck

kazi

w0rk

mfanyakazi

3mpl0y33

mwajiri

3mpl0y3r

kiwanda

f4c70ry

duka

5h0p

kazi
0ccup4710n5

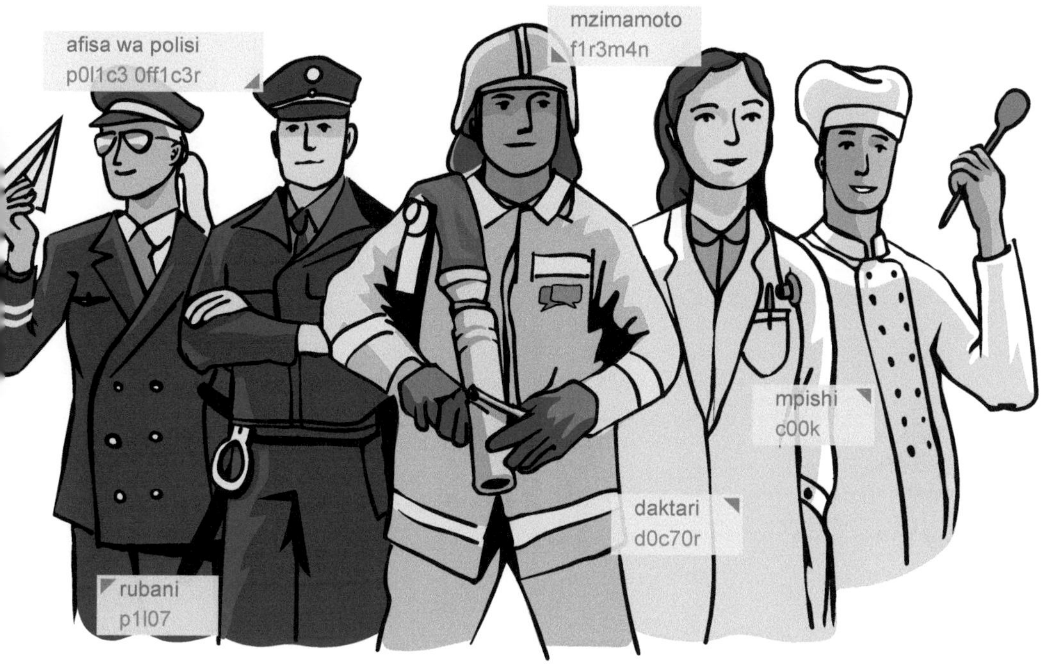

afisa wa polisi
p0l1c3 0ff1c3r
mzimamoto
f1r3m4n
mpishi
c00k
daktari
d0c70r
rubani
p1l07

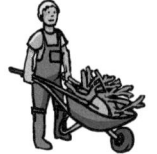

mtunza bustani
64rd3n3r

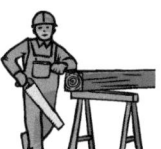

seremala
c4rp3n73r

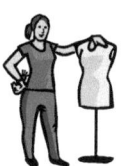

mshonaji
534m57r355

hakimu
jud63

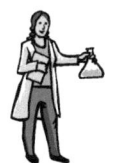

mwanakemia
ch3m157

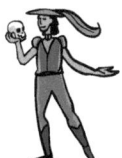

muigizaji
4c70r

dereva wa basi

bu5 dr1v3r

dereva wa teksi

74x1 dr1v3r

mvuvi

f15h3rm4n

mwanamke wa kusafisha

cl34n1n6 l4dy

mwezekaji

r00f3r

mhudumu

w4173r

mwindaji

hun73r

mchoraji

p41n73r

mwokaji

b4k3r

umeme

3l3c7r1c14n

mjenzi

bu1ld3r

mhandisi

3n61n33r

mchinjaji

bu7ch3r

fundi bomba

plumb3r

mwanaposta

p057m4n

kazi - 0ccup4710n5

mwanajeshi

50ld13r

msanifu majengo

4rch173c7

keshia

c45h13r

muuza maua

fl0r157

msusi

h41rdr3553r

kondakta

c0nduc70r

mekanika

m3ch4n1c

nahodha

c4p741n

daktari wa meno

d3n7157

mwanasayansi

5c13n7157

rabbi

r4bb1

imamu

1m4m

mtawa

m0nk

kasisi

p4570r

zana
700l5

nyundo
h4mm3r
koleo
pl13r5
bisibisi
5cr3wdr1v3r
spana
wr3nch
kurunzi
70rch

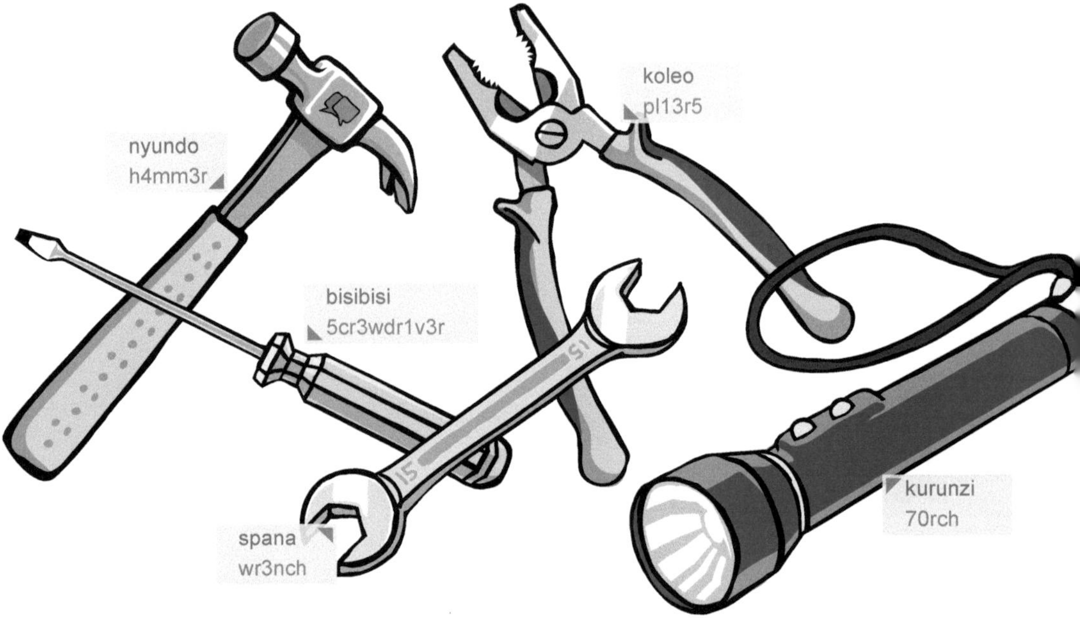

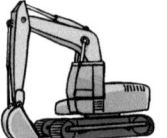

mchimbaji
3xc4v470r

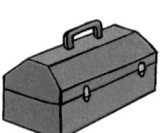

sanduku la vifaa
700lb0x

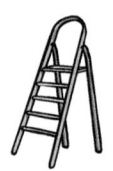

ngazi
l4dd3r

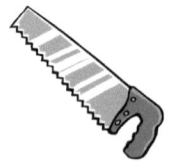

msumeno
54w

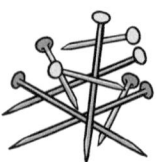

misumari
n41l5

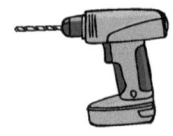

kuchimba visima
dr1ll

kukarabati

r3p41r

sepetu

5h0v3l

Lo!

d4mn!

kishikio cha uchafu

du57p4n

chungu cha rangi

p41n7 c4n

skurubu

5cr3w5

ala za muziki

mu51c4l 1n57rum3n75

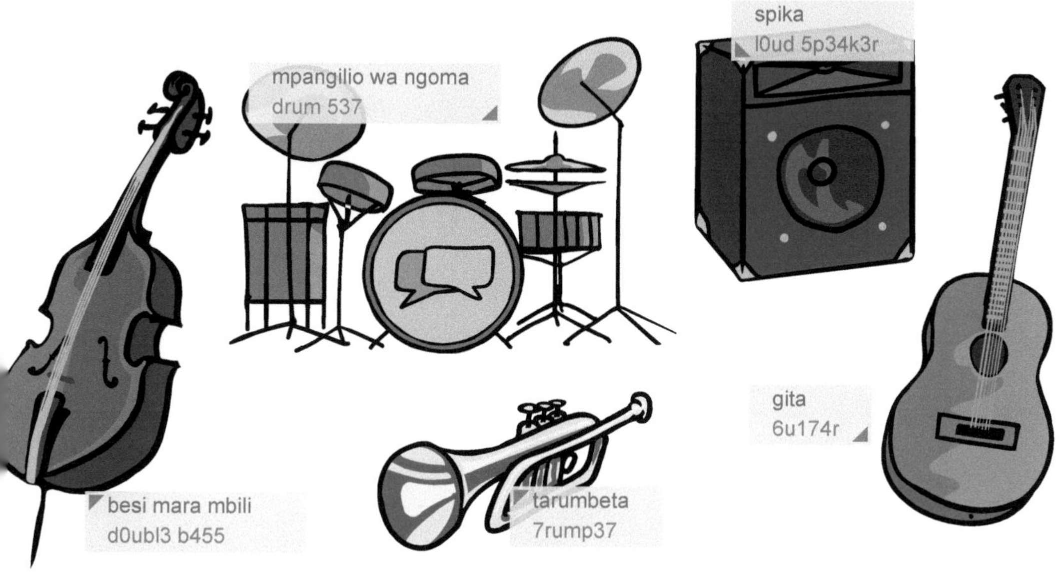

spika
l0ud 5p34k3r

mpangilio wa ngoma
drum 537

gita
6u174r

besi mara mbili
d0ubl3 b455

tarumbeta
7rump37

piano

p14n0

fidla

v10l1n

ubeji

b455

timpani

71mp4n1

ngoma

drum5

kibodi

k3yb04rd

saksafoni

54x0ph0n3

filimbi

flu73

maikrofoni

m1cr0ph0n3

bustani ya wanyama
z00

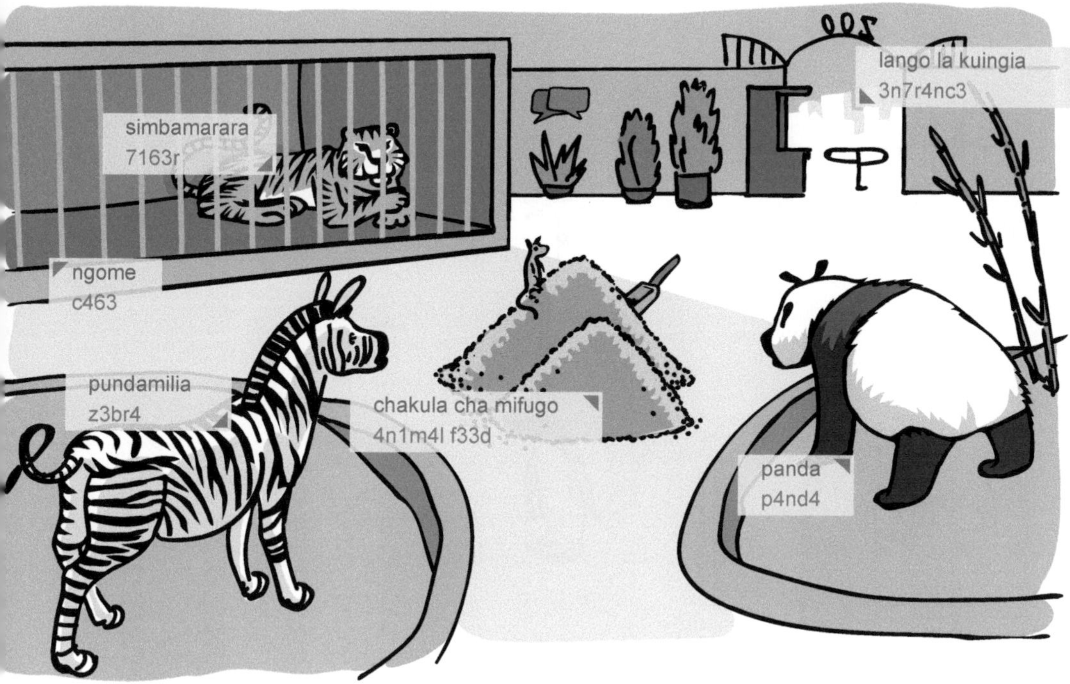

simbamarara
7163r
lango la kuingia
3n7r4nc3
ngome
c463
pundamilia
z3br4
chakula cha mifugo
4n1m4l f33d
panda
p4nd4

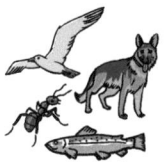

wanyama

4n1m4l5

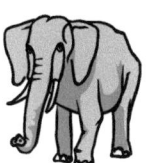

tembo

3l3ph4n7

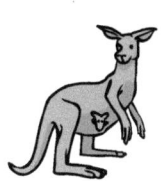

kangaruu

k4n64r00

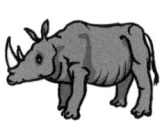

kifaru

rh1n0

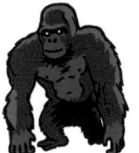

sokwe

60r1ll4

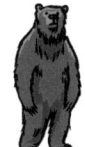

dubu

b34r

ngamia

c4m3l

mbuni

057r1ch

simba

l10n

tumbili

m0nk3y

heroe

fl4m1n60

kasuku

p4rr07

dubu

p0l4r b34r

penguini

p3n6u1n

papa

5h4rk

tausi

p34c0ck

nyoka

5n4k3

mamba

cr0c0d1l3

mtunza wanyama

z00k33p3r

muhuri

534l

jaguar

j46u4r

mwanafarasi

p0ny

chui

l30p4rd

kiboko

h1pp0

twiga

61r4ff3

tai

346l3

nguruwe mwitu

b04r

samaki

f15h

kobe

7ur7l3

sili

w4lru5

mbweha

f0x

paa

64z3ll3

soka ya marekani
4m3r1c4n f007b4ll

uendeshaji baiskeli
cycl1n6

tenisi
73nn15

mpira wa kikapu
b45k37b4ll

kuogelea
5w1mm1n6

ndondi
b0x1n6

magongo ya barafuni
1c3 h0ck3y

soka
50cc3r

vinyoya
b4dm1n70n

riadha
47hl371c5

mpira wa mikono
h4ndb4ll

skii
5k11n6

polo
p0l0

shughuli
4c71v17135

kuruka
jump
kumbatia
hu6
cheka
l4u6h
kutembea
w4lk
kuimba
51n6
ota ndoto
dr34m
kuomba
pr4y
busu
k155

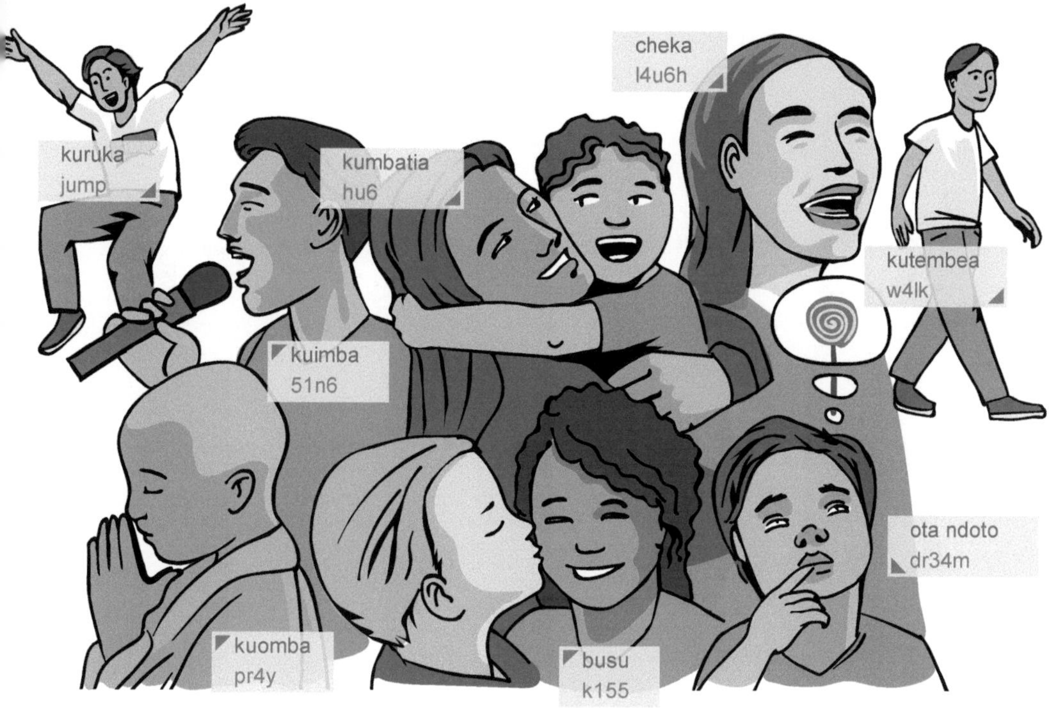

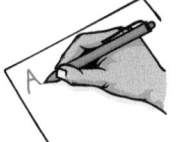

kuandika

wr173

kuteka

dr4w

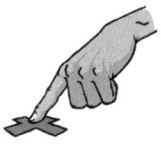

angalia

5h0w

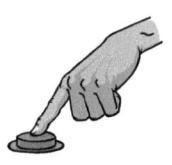

sukuma

pu5h

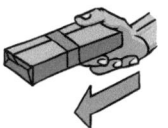

kutoa

61v3

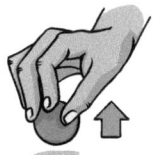

kuchukua

74k3

kuwa
h4v3

fanya
d0

kuwa
b3

kusimama
574nd

kukimbia
run

vuta
pull

kutupa
7hr0w

kuanguka
f4ll

hadaa
l13

kusubiri
w417

kubeba
c4rry

kukaa
517

vaa nguo
637 dr3553d

usingizi
5l33p

kuamka
w4k3 up

kuangalia

l00k 47

lia

cry

kiharusi

57r0k3

chana nywele

c0mb

ongea

74lk

kuelewa

und3r574nd

kuuliza

45k

kusikiliza

l1573n

kunywa

dr1nk

kula

347

nadhifisha

71dy up

upendo

l0v3

mpishi

c00k

gari

dr1v3

kuruka

fly

meli

541l

kokotoa

c4lcul473

kusoma

r34d

kujifunza

l34rn

kazi

w0rk

kuoa

m4rry

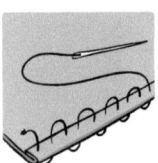

kushona

53w

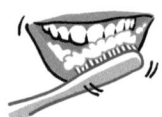

piga mswaki

bru5h 7337h

kuua

k1ll

moshi

5m0k3

kutuma

53nd

familia
f4m1ly

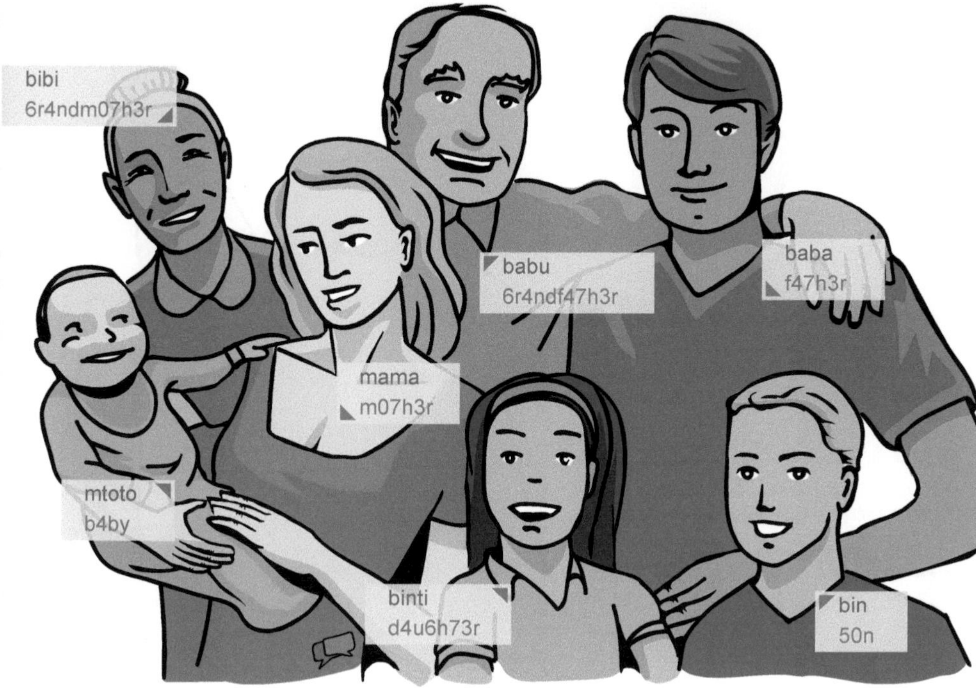
bibi
6r4ndm07h3r
babu
6r4ndf47h3r
baba
f47h3r
mama
m07h3r
mtoto
b4by
binti
d4u6h73r
bin
50n

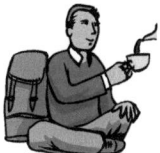

mgeni
6u357

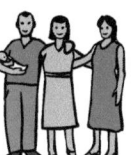

shangazi
4un7

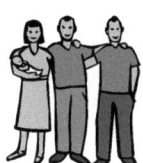

mjomba
uncl3

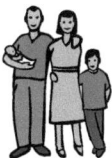

kaka
br07h3r

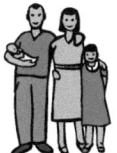

dada
51573r

mwili

b0dy

paji la uso
f0r3h34d
jicho
3y3
bega
5h0uld3r
kidole
f1n63r
uso
f4c3
kidevu
ch1n
mkono
h4nd
mguu
l36
matiti
br3457
mkono
4rm

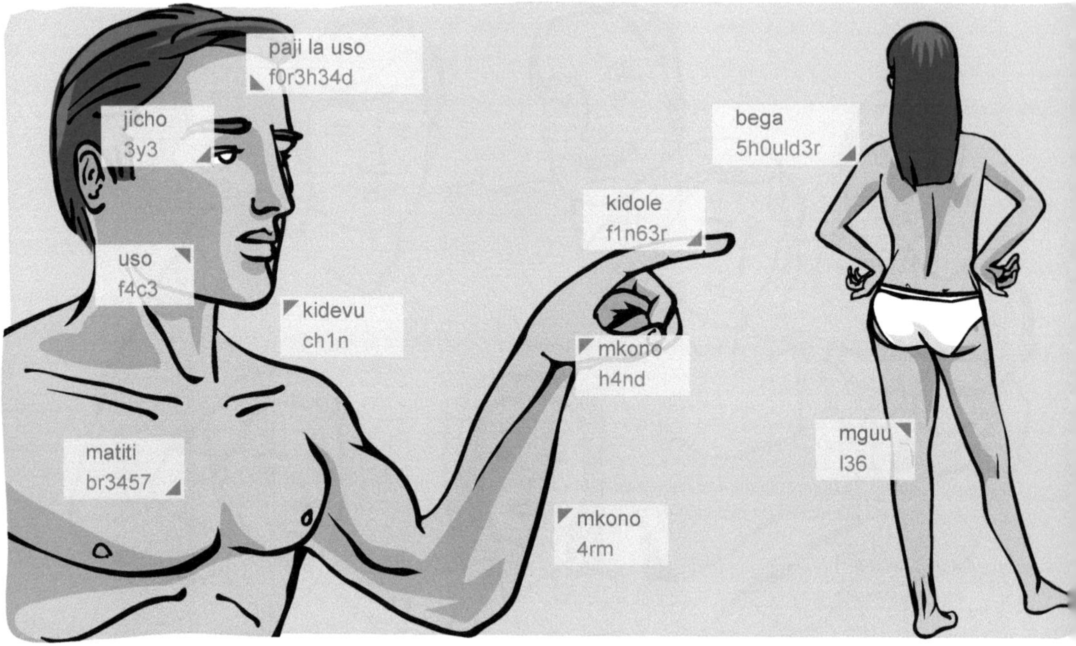

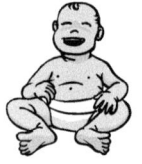

mtoto
b4by

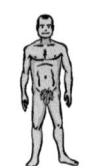

mwanamume
m4n

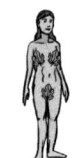

mwanamke
w0m4n

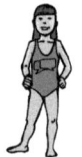

msichana
61rl

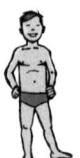

mvulana
b0y

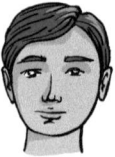

kichwa
h34d

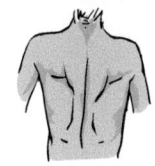

nyuma

b4ck

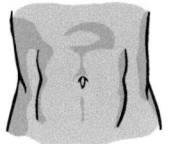

tumbo

b3lly

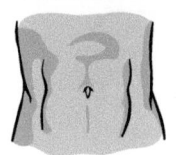

kitovu

n4v3l

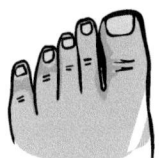

chano

703

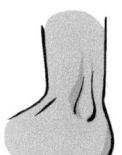

kisigino

h33l

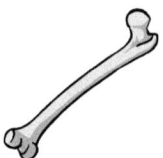

mfupa

b0n3

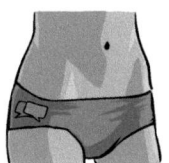

nyonga

h1p

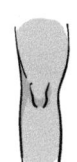

goti

kn33

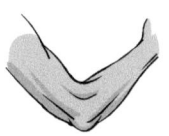

kiwiko

3lb0w

pua

n053

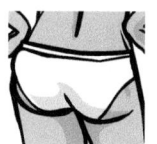

chini

bu770ck5

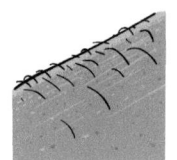

ngozi

5k1n

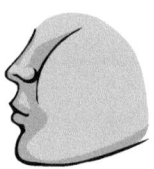

shavu

ch33k

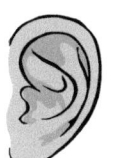

sikio

34r

mdomo

l1p

kinywa

m0u7h

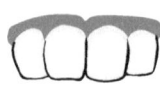

jino

7007h

ulimi

70n6u3

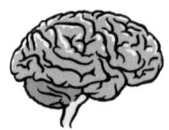

ubongo

br41n

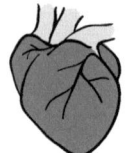

moyo

h34r7

misuli

mu5cl3

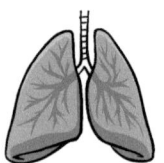

pafu

lun6

ini

l1v3r

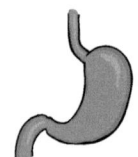

tumbo

570m4ch

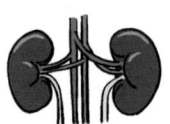

figo

k1dn3y5

jinsia

53x

kondomu

c0nd0m

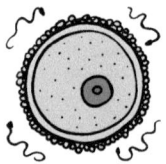

ovari

0vum

shahawa

53m3n

mimba

pr36n4ncy

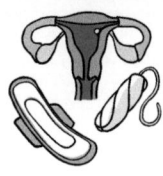

hedhi
m3n57ru4710n

uke
v461n4

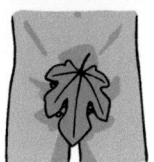

uume
p3n15

unyusi
3y3br0w

nywele
h41r

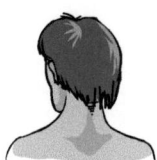

shingo
n3ck

hospitali
h05p174l

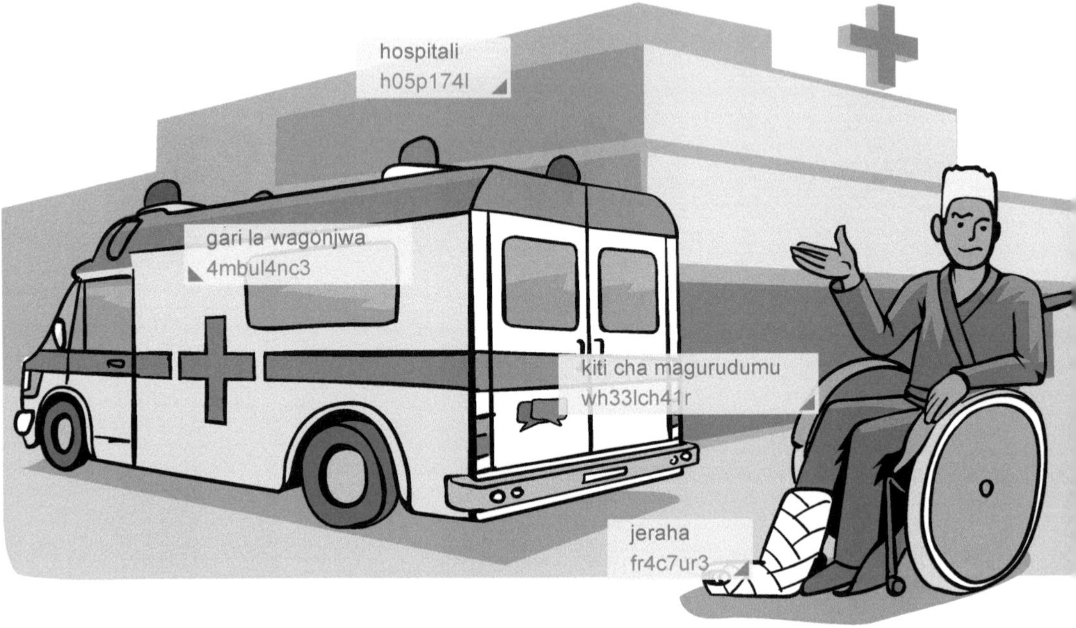

hospitali
h05p174l
gari la wagonjwa
4mbul4nc3
kiti cha magurudumu
wh33lch41r
jeraha
fr4c7ur3

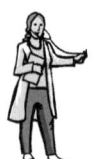

daktari

d0c70r

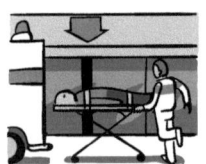

chumba cha dharura

3m3r63ncy r00m

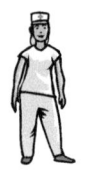

muuguzi

nur53

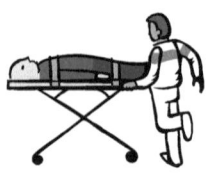

dharura

3m3r63ncy

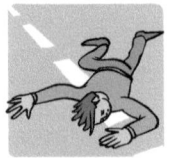

kupoteza fahamu

unc0n5c10u5

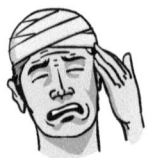

maumivu

p41n

kuumia

1njury

kutokwa na damu

bl33d1n6

mshtuko wa moyo

h34r7 4774ck

kiharusi

57r0k3

mzio

4ll3r6y

kikohozi

c0u6h

homa

f3v3r

mafua

flu

kuharisha

d14rrh34

maumivu ya kichwa

h34d4ch3

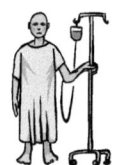

kansa

c4nc3r

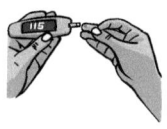

ugonjwa wa kisukari

d14b3735

daktari mpasuaji

5ur630n

kisu kidogo cha kupasulia

5c4lp3l

operesheni

0p3r4710n

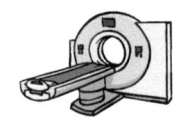

picha changanufu ya mwili

c7

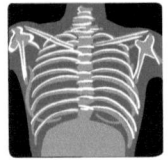

Eksrei

x-r4y

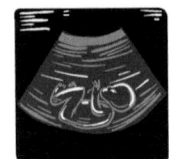

mawimbi sauti

ul7r450und

barakoa ya uso

f4c3 m45k

ugonjwa

d153453

chumba cha kusubiri

w4171n6 r00m

mkongojo

cru7ch

plasta

pl4573r

bendeji

b4nd463

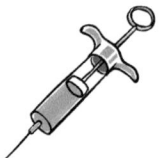

sindano

1nj3c710n

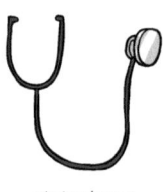

stetoskopu

5737h05c0p3

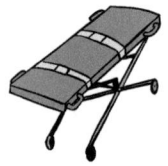

machela

57r37ch3r

kipimajoto cha kliniki

cl1n1c4l 7h3rm0m373r

kuzaliwa

b1r7h

unene kupita kiasi

0v3rw316h7

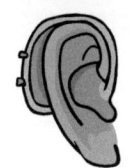

kusikia misaada

h34r1n6 41d

kipukusi

d151nf3c74n7

maambukizi

1nf3c710n

virusi

v1ru5

VVU / UKIMWI

h1v / 41d5

dawa

m3d1c1n3

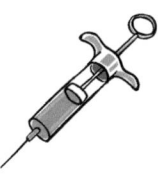

chanjo

v4cc1n4710n

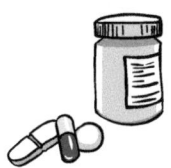

vidonge

74bl375

kidonge

p1ll

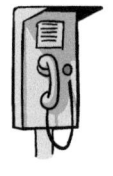

simu ya dharura

3m3r63ncy c4ll

haemodainamometa

bl00d pr355ur3 m0n170r

mgonjwa / mwenye afya

1ll / h34l7hy

Msaada!

h3lp!

kengele

4l4rm

pigo

4554ul7

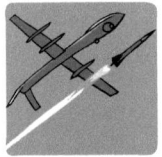

shambulizi

4774ck

hatari

d4n63r

lango la dharura

3m3r63ncy 3x17

Moto!

f1r3!

kizima moto

f1r3 3x71n6u15h3r

ajali

4cc1d3n7

vifaa vya huduma ya kwanza

f1r57-41d k17

wito wa msaada

505

polisi

p0l1c3

Ulaya

3ur0p3

Amerika ya Kaskazini

n0r7h 4m3r1c4

Amerika ya Kusini

50u7h 4m3r1c4

Afrika

4fr1c4

Asia

4514

Australia

4u57r4l14

Atlantiki

47l4n71c

Pasifiki

p4c1f1c

Bahari ya Hindi

1nd14n 0c34n

Bahari ya Antaktiki

4n74rc71c 0c34n

Bahari ya Aktiki

4rc71c 0c34n

Ncha ya Kaskazini

n0r7h p0l3

Ncha ya Kusini

50u7h p0l3

Antaktika

4n74rc71c4

dunia

34r7h

nchi

l4nd

bahari

534

kisiwa

15l4nd

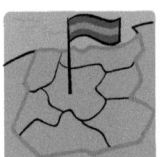

taifa

n4710n

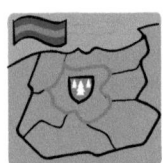

jimbo

57473

uso wa saa

cl0ck f4c3

akrabu ya saa

h0ur h4nd

akrabu ya dakika

m1nu73 h4nd

akrabu ya sekunde

53c0nd h4nd

Ni saa ngapi?

wh47 71m3 15 17?

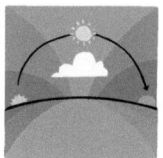

siku

d4y

wakati

71m3

sasa

n0w

saa ya dijitali

d16174l w47ch

dakika

m1nu73

saa

h0ur

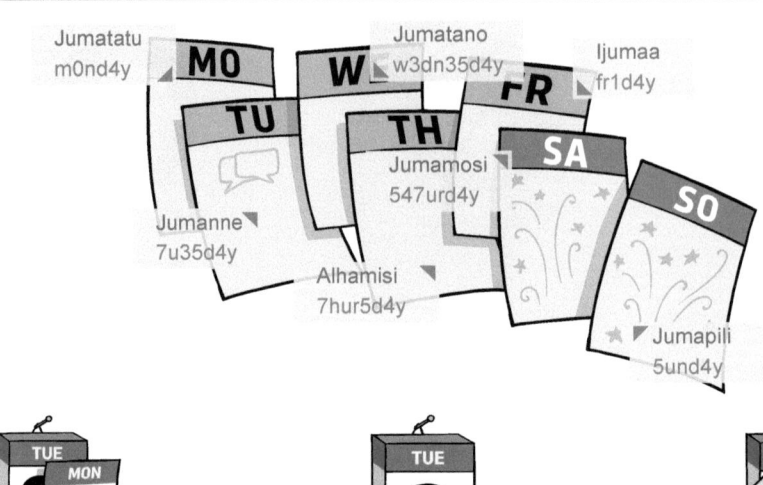

Jumatatu
m0nd4y

MO

Jumatano
w3dn35d4y

W

Ijumaa
fr1d4y

FR

TU

TH

SA

Jumamosi
547urd4y

SO

Jumanne
7u35d4y

Alhamisi
7hur5d4y

Jumapili
5und4y

jana

y3573rd4y

leo

70d4y

kesho

70m0rr0w

asubuhi

m0rn1n6

saa sita mchana

n00n

jioni

3v3n1n6

siku za biashara

w0rkd4y5

mwishoni mwa wiki

w33k3nd

mwaka
y34r

mvua
r41n
upinde wa mvua
r41nb0w
upepo
w1nd
theluji
5n0w
majira ya machipuko
5pr1n6
vuli
f4ll
kiangazi
5umm3r
majira ya baridi
w1n73r

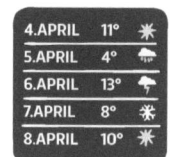

4.APRIL 11°
5.APRIL 4°
6.APRIL 13°
7.APRIL 8°
8.APRIL 10°

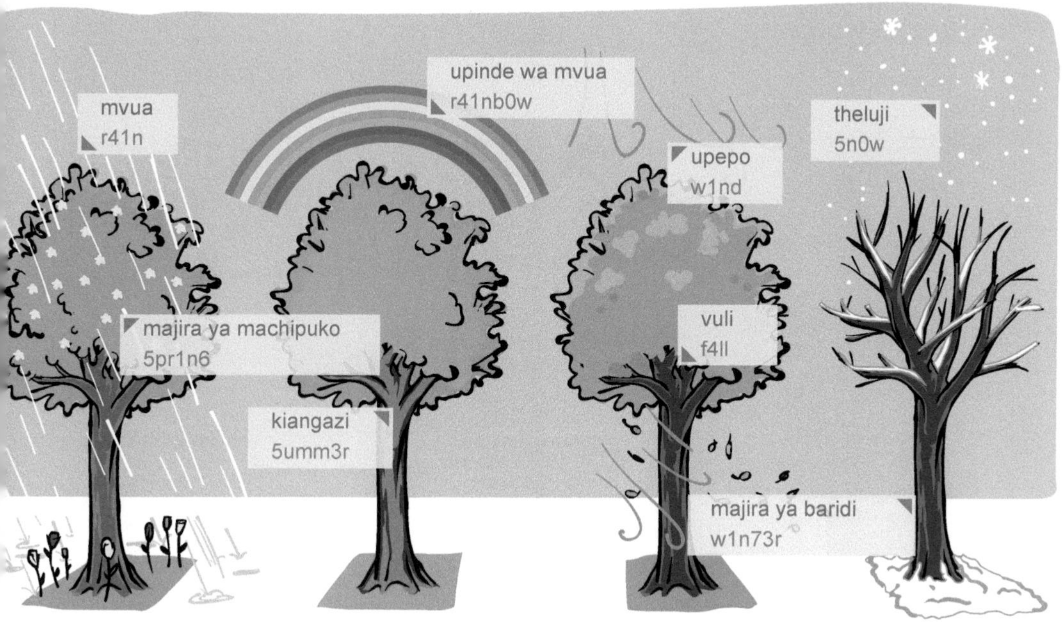

utabiri wa hali ya hewa

w347h3r f0r3c457

F
C
120
90
60
30
0
-30
40
30
20
10
0
-10
-20

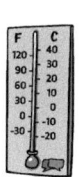

kipimajoto

7h3rm0m373r

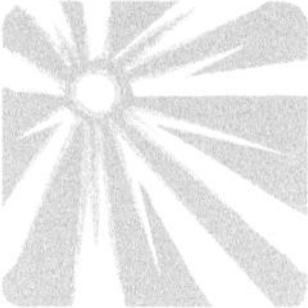

mwanga wa jua

5un5h1n3

wingu

cl0ud

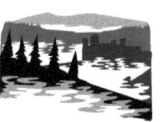

ukungu

f06

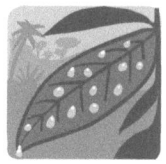

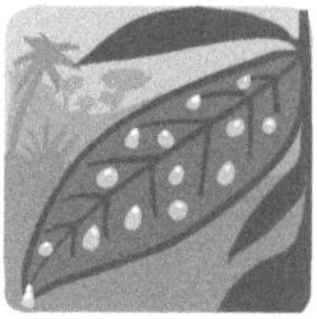

unyevu

hum1d17y

umeme

l16h7n1n6

radi

7hund3r

dhoruba

570rm

mvua ya mawe

h41l

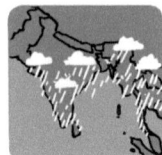

monsuni

m0n500n

mafuriko

fl00d

barafu

1c3

Januari

j4nu4ry

Februari

f3bru4ry

Machi

m4rch

Aprili

4pr1l

Mei

m4y

Juni

jun3

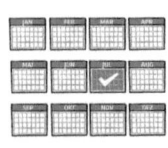

Julai

july

Agosti

4u6u57

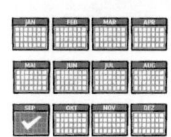

Septemba

53p73mb3r

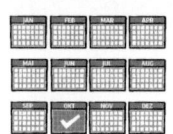

Oktoba

0c70b3r

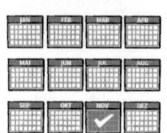

Novemba

n0v3mb3r

Desemba

d3c3mb3r

maumbo
5h4p35

mduara

c1rcl3

mraba

5qu4r3

mstatili

r3c74n6l3

pembetatu

7r14n6l3

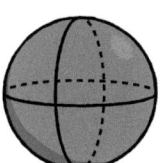

nyanja

5ph3r3

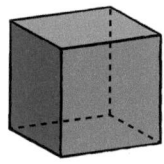

mchemraba

cub3

nyeupe

wh173

manjano

y3ll0w

chungwa

0r4n63

rangi ya waridi

p1nk

nyekundu

r3d

hudhurungi

purpl3

bluu

blu3

kijani

6r33n

hanja

br0wn

jivujivu

6r4y

nyeusi

bl4ck

mengi / kidogo

4 l07 / 4 l177l3

hasira / pole

4n6ry / c4lm

nzuri / mbaya

b34u71ful / u6ly

mwanzo / mwisho

b361nn1n6 / 3nd

kubwa / ndogo

b16 / 5m4ll

angavu / giza

br16h7 / d4rk

kaka / dada

br07h3r / 51573r

safi / chafu

cl34n / d1r7y

kamilika / tokamilika

c0mpl373 / 1nc0mpl373

siku / usiku

d4y / n16h7

wafu / hai

d34d / 4l1v3

pana / nyembamba

w1d3 / n4rr0w

kulika / kutolika

3d1bl3 / 1n3d1bl3

ovu / ema

3v1l / k1nd

sisimkwa / udhika

3xc173d / b0r3d

nene / nyembamba

f47 / 7h1n

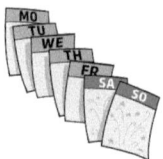

kwanza / mwisho

f1r57 / l457

rafiki / adui

fr13nd / 3n3my

jaa / tupu

full / 3mp7y

ngumu / laini

h4rd / 50f7

nzito / nyepesi

h34vy / l16h7

njaa / kiu

hun63r / 7h1r57

mgonjwa / mwenye afya

1ll / h34l7hy

haramu / kisheria

1ll364l / l364l

akili / kijinga

1n73ll163n7 / 57up1d

kushoto / kulia

l3f7 / r16h7

karibu / mbali

n34r / f4r

mpya / kutumika

n3w / u53d

kitu / jambo

n07h1n6 / 50m37h1n6

zee / changa

0ld / y0un6

waka / zima

0n / 0ff

wazi / fungwa

0p3n / cl053d

utulivu / kelele

qu137 / l0ud

tajiri / masikini

r1ch / p00r

sahihi / kosa

r16h7 / wr0n6

mbaya / laini

r0u6h / 5m007h

huzunika / furahia

54d / h4ppy

fupi /ndefu

5h0r7 / l0n6

polepole / haraka

5l0w / f457

nyevu / kavu

w37 / dry

joto / baridi

w4rm / c00l

vita / amani

w4r / p34c3

0

sufuri

z3r0

1

moja

0n3

2

mbili

7w0

3

tatu

7hr33

4

nne

f0ur

5

tano

f1v3

6

sita

51x

7

saba

53v3n

8

nane

316h7

9

tisa

n1n3

10

kumi

73n

11

kumi na moja

3l3v3n

12
kumi na mbili

7w3lv3

13
kumi na tatu

7h1r733n

14
kumi na nne

f0ur733n

15
kumi na tano

f1f733n

16
kumi na sita

51x733n

17
kumi na saba

53v3n733n

18
kumi na nane

316h733n

19
kumi na tisa

n1n3733n

20
ishirini

7w3n7y

100
mia

hundr3d

1.000
elfu

7h0u54nd

1.000.000
milioni

m1ll10n

Kiingereza

3n6l15h

Kiingereza cha Marekani

4m3r1c4n 3n6l15h

Kimandarini cha Uchina

ch1n353 m4nd4r1n

Kihindi

h1nd1

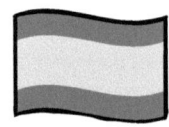

Kihispania

5p4n15h

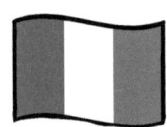

Kifaransa

fr3nch

Kiarabu

4r4b1c

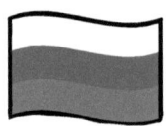

Kirusi

ru5514n

Kireno

p0r7u6u353

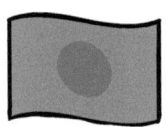

Kibengali

b3n64l1

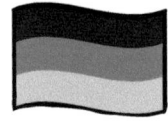

Kijerumani

63rm4n

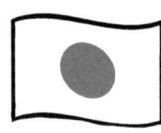

Kijapani

j4p4n353

mimi

1

wewe

y0u

yeye / yeye / ni

h3 / 5h3 / 17

sisi

w3

wewe

y0u

wao

7h3y

nani?

wh0?

nini?

wh47?

jinsi gani?

h0w?

wapi?

wh3r3?

lini?

wh3n?

jina

n4m3

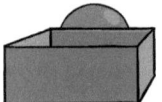

nyuma

b3h1nd

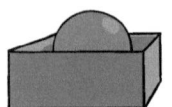

katika

1n

mbele ya

1n fr0n7 0f

juu ya

0v3r

kwenye

0n

chini ya

und3r

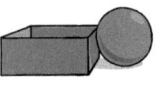

kando

b351d3

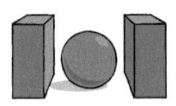

kati

b37w33n

mahali

pl4c3